BỘI NGỌC

KHỞI NGHIỆP TỪ ĐAM MÊ

Theo đuổi đam mê,
thành công sẽ theo đuổi bạn

Hành trình và triết lý để khởi nghiệp thành công trong lĩnh vực mà bạn đam mê.

NHÀ XUẤT BẢN THANH NIÊN

KHỞI NGHIỆP TỪ ĐAM MÊ

"Tôi viết cuốn sách này dành tặng cho những người giống như tôi, những người yêu tự do, sẵn sàng làm những điều mình thích và mình muốn."

- Bội Ngọc -

LỜI GIỚI THIỆU

Cảm ơn bạn vì đã chọn đọc "KHỞI NGHIỆP TỪ ĐAM MÊ - Hành trình để thành công và triết lý theo đuổi đam mê" của Bội Ngọc. Tôi là Bội Ngọc và tôi rất vui được đồng hành cùng bạn xuyên suốt những trang sách này, để giúp bạn hiểu hơn về tôi và những gì tôi đã trải qua để có được thành công như hôm nay. Tôi mong là chúng ta sẽ tìm ra được nhiều điểm chung và tiếng nói đồng điệu.

Lý do tôi viết quyển sách này

Đây là quyển sách mà tôi viết để gửi gắm đến những người giống như tôi, là những người yêu tự do, sẵn sàng làm những điều mình thích và mình muốn, chọn con đường đi theo tiếng nói của trái tim nhưng vẫn rất tỉnh táo và thực tế. Tôi muốn tiếp thêm động lực cho những người có điểm chung với mình tiếp tục vững bước với con đường họ đã chọn.

Tôi cũng viết cho những người có hướng đi khác tôi, khao khát thành công, thích học hỏi và tìm kiếm những triết lý để thành công. Tôi hy vọng bạn sẽ tìm thấy triết lý nào đó đúng với con người của bạn, tiếp thêm động lực cho bạn tự tin vào bản thân và tự tin vào sự thành công trong lĩnh vực mà bạn đam mê.

Tôi còn viết cho những bạn trẻ, đang mông lung tìm kiếm hướng đi trong cuộc sống, không biết mình là ai và không biết hành trình tiếp theo mình sẽ đi là gì, cũng giống như tôi của 5 năm trước. Tôi muốn các bạn biết rằng, tôi cũng có khởi đầu như các bạn và tôi cũng đã từng trải qua giai đoạn mất phương hướng của tuổi trẻ.

Tôi viết cho những người học và chơi piano. Tôi hy vọng câu chuyện về hành trình tôi tự học và chơi đàn thành công có thể truyền cảm hứng và gợi mở cho bạn một con đường và những cách tư duy mới trong việc học và chơi piano.

Tôi viết quyển sách này còn như một lời cảm ơn đến những người đã xuất hiện trong hành trình của tôi, để tôi có thể trở thành tôi của ngày hôm nay.

Trong hành trình này, tôi trân trọng những người đã đến với tôi và ủng hộ từ lúc tôi còn chưa biết mình là ai và mình có tiềm năng như thế nào, những sự giúp đỡ, những lời khuyến khích và động viên mà tôi nhận được đã giúp tôi rất nhiều.

Lý do thành công liên quan tới đam mê

Khi bạn đam mê với một điều gì đó, một lĩnh vực gì đó, bạn sẽ nỗ lực khai thác, học hỏi để có thể am hiểu nó một cách sâu sắc.

Khi bạn đam mê điều gì, tức là điều đó cũng thật tự nhiên, phù hợp với tính cách và cá tính của bạn.

Khi bạn đam mê điều gì, bạn sẽ có nhiều lý do để không từ bỏ, để vượt qua những chướng ngại trong quá trình đi tới thành công.

Khi bạn đam mê điều gì, bạn sẽ hiểu rõ nhất "thị trường" mà mình đam mê, bạn sẽ hiểu rõ về suy nghĩ, cảm xúc, vấn đề, khó khăn của những người có tương đồng niềm đam mê trong lĩnh vực đó. Nhờ đó, giúp bạn có được cái nhìn rõ ràng & am hiểu về về thị trường đó, để có thể giải quyết những vấn đề còn tồn tại trong lĩnh vực đó, hay biến niềm đam mê thành một sản phẩm để mang lại giá trị và giúp cho mọi người xung quanh đạt được thành công giống như mình.

Khi đam mê một điều gì, nó sẽ mang lại động lực mà không một ai hay một điều gì có thể ngăn cản bạn. Khi bạn có đam mê, tức là bạn có lý do cho việc mình làm. Và chính vì lý do đó sẽ khiến bạn nhìn và đi về tương lai một cách lâu dài, bền bỉ, kiên trì chứ không phải hướng đến thành công trong chớp nhoáng.

Khi bạn đam mê với điều gì, bạn gắn hình ảnh thương hiệu của mình với nó, để mọi người nhớ đến dấu ấn riêng biệt của bạn trong mỗi sản phẩm, mỗi việc bạn làm.

Trong quá trình theo đuổi đam mê của mình, bạn sẽ thay đổi theo cách mà bạn không ngờ tới, bạn cũng sẽ không ngừng phát triển hơn nữa trong tương lai. Nếu như bạn muốn "xây dựng để trường tồn", hãy gắn niềm đam mê với điều mình làm và mang lại giá trị, sự thay đổi cho xã hội.

Khi bạn làm điều mà mình đam mê, bạn không cần quá nhiều sự công nhận, không cần nhìn vào kết quả trước mắt mà bạn có thể toàn tâm toàn ý với nó, cho dù kết quả có như thế nào. Chính điều này là chìa khóa đưa bạn đến thành công.

Đam mê còn là một loại cảm xúc mà bạn có thể khai thác từ chính bản thân mà không cần phải phụ thuộc vào một yếu tố bên ngoài. Bạn đôi khi không cần phải tìm kiếm đam mê của mình là gì, chỉ cần đặt nhiều năng lượng, tâm huyết, cảm xúc của mình vào một điều gì đó, dù bình thường, nhỏ nhặt, bạn sẽ tìm thấy.

Đam mê không phải là một điều gì đó xa vời, to lớn hay khó với tới. Bất cứ khi bạn làm điều gì, dù nhỏ nhất nhưng chứa đựng hết tâm huyết của mình, thì điều đó sẽ trở thành đam mê của bạn.

Làm thế nào để biết được mình đam mê điều gì?

Khi bạn dành thời gian quan sát bản thân, bạn sẽ nhận ra đâu là lĩnh vực, vấn đề, chủ đề mà mình quan tâm và dành nhiều thời gian nhất để suy nghĩ về nó.

Liệt kê ra năm chủ đề, lĩnh vực mà bạn vô cùng hứng thú và dành nhiều thời gian để tìm hiểu trong suốt 3 – 5 năm qua. Đó là những chủ đề gì, lĩnh vực gì?

Cụ thể hơn, bạn có thể liệt kê ra những nhân vật tạo sức ảnh hưởng trong lĩnh vực đó, người mà bạn thần tượng, ngưỡng mộ, những quyển sách, kênh tin tức, truyền thông mà bạn theo dõi về chủ đề/lĩnh vực đó.

Bạn hay chuyện trò với những ai? Chủ đề mà các bạn hay nói với nhau là gì?

Ngoài ra, khi bạn đủ am hiểu về lĩnh vực mà mình đam mê, bạn còn biết được những câu trả lời, tìm tòi những từ khóa trên "Google", và tìm ra những câu trả lời cho bản thân. Điều bạn đam mê, cũng chính là điều mà người khác sẽ tìm đến bạn khi xin lời khuyên, và khi bạn bắt đầu cảm thấy những lời khuyên, chia sẻ của mình hữu dụng ở một chủ đề nào đó, đừng ngần ngại đào sâu nó và khiến nó trở thành lĩnh vực mà mình mạnh nhất.

Cũng có người nói rằng họ có những đam mê từ tiêu cực tới tích cực như: Trò chơi điện tử, cờ bạc, chơi nhạc cụ, ca hát, du lịch, chụp ảnh, chăm sóc thú cưng… và không phải bất cứ điều gì bạn đam mê, cũng trở thành sự nghiệp. Bạn có thể đặt thêm câu hỏi cho bản thân: Lý do gì khiến mình mê những thú vui đó? Tính chất nào của nó khiến mình say mê? Và tìm một công việc có tính chất tương tự, cho bạn ý nghĩa tương tự cũng như mang lại điều đó tích cực cho cuộc sống của bạn và cho cả người khác.

Ví dụ: Người đam mê trò chơi điện tử liệu có phải là vì trò chơi điện tử khiến họ đam mê, hay họ mê những thách thức có trong trò chơi, hay cảm xúc khi được công nhận, chứng tỏ bản thân trong trò chơi ấy. Nếu là vì sự thách thức, và được công nhận, được khẳng định bản thân thì có rất nhiều việc khác nhau mang cho bạn những cảm giác tương tự như thế, cũng có thể nó nằm ở ngay trong công việc hiện tại của bạn.

Chỉ cần bạn say mê với việc mình đang làm giống như cách mà bạn mê chơi một trò chơi điện tử, thì bạn sẽ tạo nên sự khác biệt trong công việc đó.

Điều gì tạo nên sự khác biệt trong đam mê? Đó là khi có mặt đam mê trong việc bạn đang làm, bạn có thể tập trung cao độ, dành hết tâm huyết, có thể mất ăn mất ngủ ám ảnh và nghĩ về công việc đó.

Đam mê là một dạng cảm xúc từ trong chính bản thân bạn, chứ không phải là một sự vật, sự việc nào mà bạn cần phải cất công tìm kiếm. Nó có thể là bất kì công việc nào trong cuộc sống hằng ngày của bạn, từ việc nấu ăn, sửa xe, thay bóng đèn, lau nhà, quét dọn... Khi bạn đã học được cách truyền cảm xúc đam mê ấy vào từng việc nhỏ nhặt trong cuộc sống thường này, nó sẽ trở thành thói quen khiến cho bạn khi làm bất cứ việc gì khác, nó cũng trở thành đam mê.

Bội Ngọc là ai?

Tôi được báo chí nhắc đến là **"Nàng Piano"** *(theo Dantri.com và Tienphong.vn)*, **"Cô gái xinh đẹp sở hữu lượng clip piano nhiều nhất Việt Nam"** *(theo Zing News và Nguoiduatin.vn)*, **"Cô nàng xinh đẹp dạy 'piano online' miễn phí"** *(theo VnExpress iOne)*.

Còn tôi, tôi gọi mình là người đam mê chia sẻ những gì mình biết và mình học được trong cuộc sống, người truyền động lực và huấn luyện cho người trưởng thành chơi piano thành công, người sáng lập nên phương pháp chơi piano rút ngắn gấp năm lần thời gian cho người trưởng thành.

Ước mơ của tôi là có thể nhìn thấy Việt Nam trở thành một đất nước mà ở đó, dù xuất thân từ đâu, học vị thế nào, ai cũng có thể chơi đàn piano tự do và bộc lộ được cảm xúc, tính cách của mình trong âm nhạc. Nếu một đất nước mà ai cũng biết chơi đàn, biết sáng tác nhạc, an nhiên, tự tại với cảm xúc thì quả là một nơi tuyệt vời, đáng để sống, đáng để hướng đến.

Thế giới tôi muốn sống là một thế giới nơi mọi người trân trọng bản sắc của nhau, không còn ranh giới hay sự phân biệt đẳng cấp và mọi người được tự do thể hiện chính mình. Thế giới ấy, là thế giới piano mà tôi đang tạo ra.

Tôi xem piano là một phương tiện để bộc lộ tâm tư, tình cảm của mình. Piano không phải là loại nhạc cụ chỉ dành cho những bậc hàn lâm, chơi piano cũng không chứng tỏ được sự uyên bác, **chơi piano là đang nói về bản thân mình bằng một ngôn ngữ khác.**

Nếu bạn còn mang những suy nghĩ giới hạn và có những định kiến trong âm nhạc như: Chỉ có người nào có tiền, có đẳng cấp mới học và chơi đàn; đàn piano chỉ có trẻ em mới học được; muốn chơi piano giỏi phải qua trường lớp bài bản… thì con đường của tôi đến với piano và khởi nghiệp lại không như thế.

Tóm tắt con đường khởi nghiệp từ đam mê chơi piano của tôi

Tôi sinh năm 1992 tại Cam Ranh - Khánh Hòa. Tôi chỉ bắt đầu học đàn organ từ năm 12 tuổi. Thầy dạy đàn của tôi mất không lâu sau khi tôi bắt đầu chơi đệm đàn trong nhà thờ được một năm, suốt ba năm sau đó, mọi kĩ năng đệm đàn mà tôi có được đều nhờ vào việc tự học.

Tôi không có người dạy cách đệm đàn piano. Ở quê tôi, đàn organ thì còn có người dạy nhưng piano là một loại nhạc cụ xa xỉ và không ai dám mơ tới. Thời đó cũng không có mạng Internet và ứng dụng Youtube như bây giờ để tôi có thể tìm kiếm video hướng dẫn chơi piano miễn phí.

Năm 2010, tôi thi vào Đại học Ngoại Thương chuyên ngành Kinh tế đối ngoại tại TP.HCM, bắt đầu cuộc sống xa gia đình và độc lập từ đó. Sau khi tốt nghiệp đại học vào năm 2015 tôi quyết định chọn con đường huấn luyện piano cho người trưởng thành.

Xuất thân từ gia đình không có truyền thống hay làm về nghệ thuật, chỉ từng học organ trong ba năm và không qua trường lớp đào tạo bài bản về piano, vậy làm thế nào mà tôi có thể có kĩ năng chơi piano như bây giờ *(có thể nghe và chơi lại một cách sáng tạo bất kì bài hát nào theo phong cách của mình)?*

Làm thế nào tôi có thể thu hút trên 12 triệu lượt xem và hơn 60.000 người theo dõi tôi chơi đàn và hướng dẫn piano trên kênh Youtube?

Làm thế nào tôi có thể tập hợp được cộng đồng những người yêu thích piano thành những buổi Offline Tín Đồ Piano với gần 400 thành viên tại TP. Hồ Chí Minh và Hà Nội?

Làm thế nào tôi có thể sáng lập ra **Phương Pháp Đệm Hát Piano & Phương Pháp Solo Method** giúp cho hơn 3.000 học viên trong và ngoài nước (bao gồm cả những học viên trực tiếp và học viên học trực tuyến) tiếp cận với Piano Solo, Piano Đệm Hát và rút ngắn thời gian học và chơi đàn của họ trong vòng 6 - 8 tuần?

Làm thế nào mà tôi khởi nghiệp từ năm 21 tuổi, thành lập công ty từ năm 23 tuổi và năm 27 tuổi tận hưởng một cuộc sống độc lập, tự do, tự chủ về thời gian, tài chính, về nơi ở, có thể làm những điều mình yêu thích nhờ vào quá trình xây dựng hệ thống kinh doanh các khoá học piano trực tuyến của mình?

Nếu bạn khao khát tìm kiếm thành công, theo đuổi đam mê và muốn biết câu trả lời, thì hãy cùng tôi đến với ***"Khởi nghiệp từ đam mê"*** nơi tôi chia sẻ về ***hành trình để thành công và triết lý theo đuổi ước mơ của mình.***

Chương 1

CÂU CHUYỆN VỀ HÀNH TRÌNH THÀNH CÔNG CỦA BỘI NGỌC

Bội Ngọc qua lời kể của mẹ

Tôi vừa chia sẻ với mẹ tôi về việc năm nay tôi sẽ phát hành một quyển sách, thì mẹ tôi ở nhà đã bắt đầu viết sách, còn sớm hơn tôi. Tôi về quê, mẹ đưa cho tôi một quyển tập, mẹ bảo:

- Mẹ viết được mấy trang rồi nè, tiểu sử của Bội Ngọc.

  Tôi vô cùng bất ngờ:
- Má viết hồi nào vậy, má viết gì trong đó?
- Mẹ đọc quyển sách của cái cậu Nick Vujic hôm bữa con mang về, rồi mẹ cũng viết về con giống như Nick Vujic kể về tuổi thơ của cậu ấy vậy.

Tôi cầm quyển tập và ngó qua mấy dòng mục lục mẹ tôi phác thảo, toàn nhắc tới những kỉ niệm thời thơ ấu của tôi. Tôi chưa đọc bài viết nào, phần vì tôi mắc cỡ, phần vì tôi chê mẹ viết văn sến nên tôi trả lại không muốn đọc.

Vài ngày sau, tôi bắt tay vào việc viết sách, tôi lại bảo mẹ đưa cho tôi quyển tập mẹ viết để tôi lấy cảm hứng. Đọc hết mấy trang mẹ viết ra, tôi cũng không khỏi bất ngờ về cái duyên của tôi đến với đàn, duyên ấy đã đến từ lúc tôi còn rất nhỏ. Thậm chí, có những kỉ niệm mà tôi cũng không còn nhớ rõ. Mẹ tôi, đương nhiên lúc này chính là nhân chứng cho tuổi thơ của tôi, vì người nhớ rõ mọi thứ liên quan tới con gái mình.

Và mẹ tôi kể rằng:

Ước mơ của mẹ

"Gia đình Bội Ngọc ở một huyện nhỏ, hằng tuần, vào ngày Chủ nhật và các ngày lễ, cả gia đình đều đi đến nhà thờ để đọc kinh, cầu nguyện. Ngày cô còn nằm trong bụng mẹ, mỗi lần đi nhà thờ, mẹ cô ấy thường đứng bên cánh gà đối diện để có thể nhìn thấy rõ ca đoàn hát lễ.

Mỗi lần anh nhạc trưởng cất tay lên đánh nhịp thì tiếng đệm đàn lại réo rắt ngân nga. Tiếng đàn như đi vào lòng người, có lẽ cũng thấu đến tai của cô bé trong bụng mẹ. Ánh mắt của mẹ cứ dán chặt vào hình ảnh cô gái ngồi đánh đàn trong nhà thờ dễ thương với chiếc áo dài trắng, mái tóc dài buông xõa xuống vai, nhất là những ngón tay lướt nhẹ trên bàn phím trông thật uyển chuyển và mềm mại làm sao.

Mẹ cô ấy ước thầm trong bụng: "Ước gì con mình sau này cũng sẽ đàn được như vậy, ước gì con mình cũng sẽ được ngồi và đàn ở vị trí đó trong nhà thờ này". Qua thời gian, ước mơ ấy cũng lớn dần lên…

Cứ thế, đến một ngày cô ấy chào đời, là một bé gái thật kháu khỉnh và dễ thương, cái miệng lúc nào cũng cười toe toét. Lúc này ba mẹ cô ấy vẫn còn ở chung với ông bà nội, cô ấy được ông nội rất cưng và đặt cho cái tên: Trương Đoan Bội Ngọc với ý nghĩa mong muốn sau này sẽ có nhiều phước lộc đến với cô ấy.

Từ nhỏ Bội Ngọc đã biết điệu đà mỗi lúc bận đồ đẹp chụp hình, nhảy múa và hát hò. Cô bé hay líu lo hát tặng ông nội những bài hát và ca từ cô tự nghĩ ra. Hình như trong người cô ấy đã có sẵn máu âm nhạc rồi.

Cây đàn đồ chơi của anh trai

Từ lúc học lớp 3, Bội Ngọc thích giành với anh trai cây đàn đồ chơi điện tử mà mẹ đã tặng anh nhân dịp đậu thủ khoa trong kì thi lên trung học cơ sở.

Hai anh em ngày nào cũng mang cây đàn ra đánh tò tí te. Cô bé và anh trai lấy sách tập nhạc ở trường, đọc nốt và đánh dấu lên phím đàn để chơi các bài hát. Một thời gian sau, hai anh em mò ra giai điệu bài "Cháu lên ba cháu đi mẫu giáo...", "Bà ơi bà cháu yêu bà lắm..."

Mẹ Bội Ngọc dần nhận thấy con mình có năng khiếu và yêu thích âm nhạc, nhưng hoàn cảnh gia đình lúc này còn khó khăn, vả lại con gái còn nhỏ quá nên mẹ chưa quyết định cho đi học đàn. Mẹ mong rồi đây cô ấy cũng sẽ được học.

Cây đàn organ đầu tiên

Ba Bội Ngọc bấy giờ là một thợ máy giỏi, xóm trên cho tới xóm dưới, tàu ghe nhà nào hư, ông thường giúp một tay sửa chữa tận tình. Mẹ Bội Ngọc thời điểm đó cũng đã nghỉ việc làm y tá để tiện chăm sóc cho con cái và gia đình và chuyển sang nghề chăn nuôi.

Từ khi Bội Ngọc bước vào tiểu học, thành tích hằng năm đều rất tốt, thường được lãnh phần thưởng và đứng đầu lớp. Năm lớp 5, trong kì thi chuyển cấp lên Trung học cơ sở, cô ấy đạt điểm số cao nhất tại trường tiểu học của mình, và món quà của mẹ là một cây đàn organ mua chịu từ một người bà con xa.

Mùa hè năm ấy, Bội Ngọc bắt đầu được bố mẹ cho đi học organ. Thầy dạy đàn cho cô bé là một người quen đồng hương của mẹ, thầy vui tính và hòa đồng với mọi người nên rất được yêu quý. Thầy vừa hát hay, vừa biết sáng tác, hòa âm phối khí, làm các album CD và là ca trưởng trong một ca đoàn ở Giáo xứ.

Một tuần ba buổi, Bội Ngọc được ba chở đi học đàn. Những ngày ba bận đi làm, mẹ lại chở cô và cây đàn đi học bằng xe đạp. Cô bé tập đàn rất chăm chỉ và luôn được thầy khen tiếp thu bài rất nhanh, cô bé có thể tập xong một bài chỉ trong một ngày để qua một bài mới, và tò mò tập tiếp cả những bài thầy chưa dạy trong giáo trình.

Ba năm sau đó, cũng là lúc cô ấy hoàn thành xong giáo trình học organ của thầy và được thầy đưa ra Nha Trang để tham gia Liên Hoan Đàn Organ Casio tỉnh Khánh Hòa năm 2006 với bài độc tấu organ *Marching Season.*

Cô ấy ngưng học đàn organ từ đó, chuyển sang đệm đàn trong nhà thờ dưới sự chỉ dẫn của thầy và bắt đầu lui tới phụ thầy chép bản nhạc và dạy các em nhỏ học đàn.

Tuy nhiên, cuộc sống luôn có những bất ngờ không lường trước, một thời gian sau, thầy dạy nhạc của Bội Ngọc qua đời, không còn ai định hướng trong việc học và chơi đàn, cô bé chỉ còn con đường tự học để có thể tiếp tục chơi đàn trong nhà thờ."

Câu chuyện của mẹ tôi có thể sẽ gợi khơi một nguồn cảm hứng khuyến khích những người mẹ muốn nuôi dưỡng âm nhạc cho con từ thuở ấu thơ, quan sát và phát hiện năng khiếu của con và ủng hộ, tạo điều kiện cho con đến với sở thích của mình.

Theo kết quả sinh trắc vân tay, bẩm sinh tôi đã có khả năng vượt trội về Âm thanh (nhận biết cao độ, nhịp điệu) và Thẩm mỹ. Tôi biết được điều này khá muộn, mãi tới khi tôi 23 tuổi, đã ra trường, đã phải bắt đầu quyết định con đường sự nghiệp cho mình.

Và tôi đã quyết định chọn lĩnh vực mà mình gắn bó lâu nhất, từ thuở lọt lòng cho tới khi trưởng thành, là âm nhạc, là đàn piano.

Tôi cảm thấy mình vô cùng may mắn và biết ơn vì được ba mẹ mình phát hiện ra khả năng và tạo điều kiện cho tôi được học đàn, nếu không có điều này, tôi e rằng cuộc sống của tôi bây giờ sẽ là làm một công việc ở một văn phòng xuất nhập khẩu đúng với ngành nghề của tôi, hay là một nghề nào đó không phù hợp với con người tôi.

Quý nhân trong đời tôi

Trong cuộc sống của chúng ta, luôn tồn tại những người mà chúng ta gọi là "quý nhân".
Họ xuất hiện trong đời ta ở một giai đoạn nào đó, họ mang đến cho ta một phương tiện nào đó giúp ta tiếp tục đi tiếp con đường của mình. Do đó, bất kì ai đến trong đời chúng ta, ắt hẳn đều tác động để góp phần tạo nên tương lai của ta.

Giai đoạn đầu đời của tôi, ngoài ba mẹ là người gắn bó, khuyến khích và tạo điều kiện để tôi được học đàn cùng thầy dạy organ của tôi là người tận tình chỉ dẫn cho tôi từ một tờ giấy trắng đến khi biết đàn theo bản nhạc hai tay, thì trong cuộc sống thơ ấu của tôi, có nhưng xuất liện mà tôi gọi là "quý nhân".

Họ xuất hiện ở một giai đoạn khác trong cuộc sống của tôi. Họ là Mạnh Thường Quân, người nâng đỡ tôi trong những ngày đầu chơi đàn va vấp trong nhà thờ, người dạy cho tôi điều tôi chưa biết trong chơi đàn sau khi thầy tôi mất.

Cô Tám và ông John

Cô Tám tôi theo chồng định cư ở nước ngoài từ khi tôi mới là đứa nhóc sáu tuổi. Ký ức của tôi về cô Tám chỉ là đám cưới của cô mà cô tôi là người mà dượng nắm tay dắt vào cổng vu quy, cùng những lần cô dượng cùng bạn bè về thăm Việt Nam.

Những năm tháng đầu tiên xa nhà, cô Tám liên lạc với gia đình bằng thư tay. Tôi rất mong cô Tám tôi về nước vì lúc đó tôi nhận được nhiều quà từ cô lắm, nào là búp bê, nào là quần áo, và tôi còn lại được nói chuyện bằng tiếng Anh với dượng và những người bạn của hai người.

Thuở nhỏ, cô Tám gần như một thần tượng của tôi. Tôi cũng muốn nói tiếng Anh giỏi như cô Tám, tôi thấy cô Tám mình là xinh đẹp nhất, làm gì tôi cũng toàn bắt chước cô, thậm chí tôi còn bảo: "Con cũng muốn lớn lên lấy chồng người nước ngoài như cô Tám".

Cô tôi sống xa nhà nhưng vẫn luôn tình nghĩa, nhớ về nguồn cội và vô cùng hào phóng giúp đỡ mọi người. Cô lo lắng và chu cấp cho ông bà nội tôi và giúp đỡ các cô bác trong nhà. Cho tới bây giờ, mỗi lần cô tôi về nước, vẫn luôn luôn đi cùng gia đình, dành dụm tiền giúp đỡ cho anh em của mình, đóng từng kiện quần áo, thuốc men, xà phòng, bánh kẹo cho những đứa cháu trong nhà.

Cô tôi không có con nên mọi yêu thương và quan tâm đều dành hết cho những đứa cháu.

Trong những người bạn thân của cô dượng có ông John. Ông về thăm đại gia đình nhà tôi lần đầu khi tôi học lớp 6, lúc đó tôi đã học chơi đàn organ được một năm. Suốt thời gian cô dượng và ông John về, tối nào tôi cũng phải biểu diễn đàn organ cho mọi người trong nhà thưởng thức. Tôi chơi từ đầu sách đến cuối sách, học qua bài nào tôi chơi lại bài đó.

Ông John biết tôi học ở lớp rất giỏi, biết chơi đàn organ và chịu khó tập nói chuyện bằng tiếng Anh nên rất quý tôi. Cứ mỗi đợt ông về, ông lại mang cho tôi một món quà. Có đợt, ông tặng tôi mấy tập sách nhạc dày cộm, trong đó có các bài hát tiếng Anh. Và ông tặng tôi món quà giá trị nhất mà tôi và gia đình chưa bao giờ mơ tới, một cây đàn organ 88 phím.

Thầy tôi trước đó có bảo ba mẹ tôi sắm đàn mới vì tôi học quá nhanh và cần phải đổi đàn để có thể chơi được nhiều hơn. Ba mẹ tôi chỉ ậm ừ cho qua chứ chưa bao giờ nghĩ là mình có thể mua được cây đàn đó.

Ông John cứ như là một người có "thần giao cách cảm" với tôi vậy. Ông luôn là người rất sâu sắc và nhìn thấu được những gì người khác cần. Có lẽ ông nhìn thấy tôi và những tiềm năng của tôi trong tương lai, cũng có lẽ vì ông cũng đã từng sinh ra trong gia đình nghèo khó nên khi có điều kiện hơn, ông luôn sẵn lòng giúp đỡ đặc biệt những đứa trẻ như tôi.

Vậy là tôi, sinh ra trong một gia đình lao động, không bao giờ nghĩ tới việc mình sẽ có thể chơi trên một cây đàn organ to như thế, hiện đại như thế, thì bỗng dưng lúc ấy, tôi được sở hữu cây đàn đắt tiền và hiện đại nhất trong các cây đàn thời bấy giờ trong lớp học đàn của thầy.

Chú Hùng

Những ngày đầu tôi chơi đệm đàn ở nhà thờ, nếu không có chú Hùng là ca đoàn trưởng dìu dắt và động viên, thì tôi vẫn sẽ luôn dậm chân tại chỗ.

Chú Hùng không biết chơi đàn organ, chú biết nhạc lý và tự học chơi đàn guitar trước kia. Đối với tôi, chú là một người động viên truyền cảm hứng sáng tạo cho tôi khi đệm đàn ở nhà thờ.

Chú gắn bó với ca đoàn thiếu nhi gồm những thiếu niên trạc tuổi tôi lúc bấy giờ. Mỗi tuần chúng tôi đàn hát ca đoàn vào lễ chiều Chủ nhật và tập hát vào mỗi tối thứ Bảy hàng tuần. Lúc tôi mới vào ca đoàn thiếu nhi, còn có cô Bảo, một người đệm đàn nhà thờ của ca đoàn, cùng chú Hùng dìu dắt tôi trong từng bộ lễ. Những ngày đầu tiên, tôi run lắm, tôi đàn sai nhiều lắm. Mỗi lần đàn sai, tôi xấu hổ vô cùng. Nhưng chưa bao giờ tôi thấy chú Hùng liếc mắt nhìn tôi khi tôi chơi sai hay la mắng và khó chịu với tôi. Sự khích lệ của chú cùng với sự chuẩn bị chu đáo trước mỗi lần biểu diễn, khiến tôi ngày một mạnh dạn hơn Và bởi vì sự rộng lượng luôn có tác dụng đối với tôi, giúp tôi có thêm tự tin và tự do thoát khỏi khuôn khổ, nên sau này khi tôi hướng dẫn đàn piano cho người lớn, tôi không bao giờ khắt khe với học viên của mình phải theo khuôn mẫu từng li từng tí hay ra vẻ khó chịu khi người học đàn sai chỗ này chỗ kia. Tôi luôn động viên người học, cho dù họ chơi đàn giỏi hay mới còn chập chững từng nốt đầu, tôi không bao giờ đánh giá thấp khả năng của ai vì tôi luôn tin tưởng rằng họ chắc chắn sẽ chơi đàn thành công.

Sức mạnh của sự động viên và khích lệ giúp cho một người có thêm tự tin vào bản thân và được là chính mình. Tôi tin rằng việc giúp tôi phát triển hơn, sáng tạo hơn, có động lực thúc đẩy tôi chơi đàn, tập đàn vì tôi hoàn toàn tự do, được phép sai sót và bao dung với chính mình.

Không có luật lệ nào đúng cho tất cả mọi người. Luật lệ là thứ mà một người nào đó tạo ra vì nó thành công đối với họ, nhưng điều đó không có nghĩa là ai cũng sẽ phù hợp. Tôi học chấp nhận sự khác nhau, tôn trọng sự tự do và riêng biệt của mỗi cá nhân.

Cha Sỹ

Cha Sỹ là một linh mục chịu chức quản xứ tại giáo xứ Ba Ngòi nơi tôi sinh hoạt.
Trước khi Cha Sỹ về nhà thờ, tôi nghe người ta nói rằng Cha rất khó tính và khó gần, Cha thích mọi thứ phải nhanh gọn lẹ, không được rề rà; nếu chơi đàn nhà thờ mà sai thì Cha sẽ biết và chỉnh ngay, rằng Cha Sỹ là một người rất tài giỏi uyên bác, chơi đàn piano, đàn violin rất giỏi.

Tôi cảm thấy thật áp lực khi chơi đàn nhà thờ khi Cha làm thánh lễ. Tôi thật sự rất sợ Cha sẽ kéo tôi ra và la mắng tôi. Nhưng không, sau vài thánh lễ tôi chơi và nghe bảo rằng Cha có khen: "Con bé đánh đàn nhà thờ chơi đàn lanh lẹ đó!", tôi vui sướng vô cùng.

Trước giờ tôi đàn nhà thờ cũng có nhiều người khen tôi chơi tốt, nhưng khi Cha Sỹ, một người chơi piano giỏi, có lời tốt đẹp dành cho tôi, tôi có thêm rất nhiều động lực và sự tự tin. Cha về giáo xứ có đem theo một cây đàn piano upright (piano upright là piano cơ dạng thùng đứng, có lưng dựa vào tường), nên không lâu sau đó Cha thông báo sẽ dạy đàn piano cho các em nào muốn học đàn.

Tôi muốn học thêm những kiểu đệm đàn nhà thờ khác ngoài những kiểu mà tôi nghe và bắt chước được. Trong khoảng ba tháng (mỗi tuần một buổi) tới nhà thờ tập đàn, tôi được Cha giao cho tập mấy bài piano cổ điển trong sách như: Turkish March, Fur Elisa, Lettre A Ma Mère, Hungarian Dance… Khi tôi tập xong những bài cổ điển, Cha mới bắt đầu chỉ cho tôi ba kĩ năng mà tôi chưa từng được biết và cũng chưa có ai chỉ dạy cho tôi.

Thứ nhất là kiểu đệm piano dành cho các điệu nhạc vui, sôi động như: điệu Fox, Rhum-ba, Chachacha, Bolero; Thứ hai là phản xạ tự dịch giọng bài hát trên đàn piano cơ không dùng transpose tự động (transpose là nút điều chỉnh trên đàn organ/piano điện để dịch một giọng tự động, tương tự như capo trên đàn guitar); thứ ba là một kiểu kĩ thuật khác của piano: tay trái chơi nốt giai điệu, tay phải chơi đệm phần nền - đây cũng là kĩ năng khó nhất vì tôi thuận tay phải, và tôi mãi không thể chơi được kĩ thuật này trong khoảng thời gian đó.

Sau đó thì Cha Sỹ được lệnh chuyển đến nhà thờ khác. Tôi tiếc vô cùng vì những ngày tháng Cha còn ở nhà thờ, tôi lười tập, đi học đàn không được thường xuyên, và cũng đã bỏ lỡ mất cơ hội học thêm nhiều điều mình chưa biết.

Sau thầy dạy organ của tôi năm 12 tuổi thì Cha Sỹ chính là người thầy thứ hai, tuy thời gian tiếp xúc và học với Cha có hơi ngắn ngủi. Tôi đã học thêm điều mới mà tôi chưa biết, và nó mở ra cho tôi cả một chân trời sáng tạo.

Việc học điều gì đó có lẽ không bao giờ là đủ. Cho tới bây giờ khi tôi đã chơi đàn tự do, tôi vẫn muốn học, muốn biết thêm nhiều điều mới. Ở phần "***Chuyện đệm đàn nhà thờ và tự học piano***" mà tôi sẽ nhắc đến ở những trang sau này, tôi sẽ chia sẻ về cách mà tôi đã tự học như thế nào để có thể sáng tạo hơn trong chơi piano.

Thần tượng của tôi

Tôi tin rằng để thành công trong một lĩnh vực nào đó, mỗi chúng ta cần có một hình mẫu mình mong muốn trở thành, đó có thể là người thật việc thật, có thể là một nhân vật trong phim, trong truyện, hay một hình tượng mà ta tạo ra bằng trí tưởng tượng.

Lý do chúng ta nên có thần tượng ai đó trong mỗi giai đoạn cuộc sống, là để ta có được mục tiêu để hướng tới và biết mình mong muốn trở nên như thế nào. Nếu từ nhỏ ta đã ấp ủ một hình mẫu nào đó về điều gì, thì khi lớn lên điều đó vẫn nằm đâu đó trong tiềm thức của ta. Mỗi giai đoạn cuộc sống ta nên có một thần tượng.

Việc chọn người để thần tượng, cũng như là chọn cho mình một tương lai để hướng tới. Hãy chọn người có những tính cách mà bạn thích hoặc có tài năng nào đó, có thành tựu mà bạn muốn trở thành, hãy chọn người cho bạn niềm cảm hứng để phấn đấu.

Nếu bạn có con cái, nếu muốn con mình thành công, hãy kể cho trẻ, hãy cho trẻ thấy về những người thành công ở nhiều lĩnh vực khác nhau và để cho trẻ thỏa sức tưởng tượng và tìm ra thần tượng của mình.

Chị Trúc Linh

Thần tượng đầu tiên của tôi thời còn nhỏ là chị Trúc Linh, học trò ruột của thầy tôi. Chị hơn tôi chừng 4-5 tuổi và từng học đàn organ từ lúc 5 tuổi. Thầy kể với tôi rằng chị là một học trò xuất sắc của thầy, không những học chơi đàn rất giỏi mà còn có thành tích học tập cao và được nhiều người biết tới ở trường lớp. Chị cũng rất dễ thương với mái tóc rất dài, làn da trắng ngần và nụ cười lúc nào cũng nở trên môi.

Chị học hết cấp hai ở Cam Ranh và bắt đầu đi học cấp ba ở một trường chuyên tại Nha Trang. Chị đã học piano được vài năm ở Nha Trang. Mỗi năm chị đều đến thăm thầy và phụ thầy dạy đàn vào dịp hè. Vậy là hè năm đó, tôi được gặp chị. Tôi và những bạn học organ của mình thời đó rất thích mỗi lần có chị tới lớp, vì chị rất vui vẻ và hoà đồng, thân thiện. Chị nói chuyện và chơi với chúng tôi sau những giờ ra chơi và không bao giờ "gõ đầu" chúng tôi như thầy. Chị cũng hay đàn cho chúng tôi nghe những bài mà chị từng học qua, chị đàn hay, đôi tay chị lướt trên phím đàn rất đẹp, rất dẻo. Nhìn ngón đàn của chị, tôi thích lắm.

Hồi đó tôi sợ thầy tôi vì mỗi lần trả bài, tôi mà đàn sai là thầy gõ đầu hoặc nhéo tôi một cái, đàn trả bài cho thầy mà bàn tay tôi túa mồ hôi, ướt nhẹp. Đây cũng là điểm chung của tôi và chị Trúc Linh, mỗi lần ngồi vào đàn, đặc biệt là đàn cho ai đó nghe, là bàn tay ướt nhẹp mồ hôi.

Tôi là một cô bé có tính cạnh tranh. Tôi luôn muốn mình là nhất.

Ví dụ như được thương nhất trong nhà, cụ thể thì ông nội tôi là người cho tôi cảm giác được là nhất vì thương tôi nhất trong những đứa cháu, đó là lý do khi được hỏi tôi thương ai nhất, tôi luôn trả lời là tôi thương ông nội nhất. Tôi thậm chí không muốn có em vì tôi sợ ba mẹ sẽ thương em hơn thương tôi.

Ngày còn đi học, bạn nào trong lớp học giỏi, tôi sẽ cố gắng học và thi đua với bạn đó, để luôn giành vị trí nhất trong lớp. Đó là lý do thời đi học của tôi, tôi luôn giữ cho mình nằm trong top học sinh xuất sắc của trường và được mọi người biết tới. Đó có lẽ cũng là lý do mà khi lớn lên, tôi có khuynh hướng tạo dựng cho mình một thương hiệu đứng đầu trong lĩnh vực mà tôi tự tin nhất.

Khi tôi hỏi cô Tám tôi, tôi là cô gái như thế nào, cô tôi bảo: "Con là một đứa trẻ rất hiếu thắng". Ngày còn nhỏ, khi cô tôi muốn ẵm tôi, tôi khóc và không chịu cho cô ẵm, đến khi cô ẵm đứa nhỏ khác là tôi tị nạnh, tôi khóc thét lên. Hay lúc mẹ tôi ẵm tôi đi lễ trong nhà thờ, tôi không chịu cho mẹ đứng gần ai hết, chỉ được ẵm tôi và đứng xa mọi người ra.

Quay trở lại với chị Trúc Linh, vì chị được thầy khen nhiều, nên tôi vừa thần tượng, vừa yêu mến chị, vừa xem chị là một mục tiêu để tôi "cạnh tranh". Thầy bảo chị Trúc Linh từng chơi được bài nào là tôi xin thầy cho tôi học bài đó, và tôi cố gắng tập xong bài thật nhanh. Vậy là từ đó, trong học tập và cả về đàn organ, tôi có chị Trúc Linh để cạnh tranh và phấn đấu.

Thêm một mùa hè nữa chị Trúc Linh về phụ thầy dạy đàn. Đợt này, chị chơi cho chúng tôi nghe vài bài piano, và còn đệm đàn cho chúng tôi hát nữa. Nhà thầy tôi có một cây piano cơ cũ luôn đóng nắp, tôi chưa bao giờ thấy thầy đàn, chỉ có chị Trúc Linh mới dám đụng đến cây đàn piano đó. Cũng trong mùa hè đó, tôi được nhìn tận mắt cây đàn piano cơ và nghe chị đàn piano.

Tôi lập tức có mục tiêu mới, làm sao chơi được như chị Trúc Linh, và thậm chí là chơi được piano, mặc dù thầy tôi chỉ chuyên dạy organ chứ không phải piano.

Ngày đó, tôi luôn thắc mắc một điều: Làm sao mà chị có thể đệm đàn cho chúng tôi hát và chơi được giai điệu bất kì bài hát nào mà chúng tôi thích.

Chị bảo là chị chơi theo cảm âm, chị nghe giai điệu, chị sẽ đoán nốt và chơi lại được như vậy. Đó là một khái niệm hoàn toàn trừu tượng đối với tôi.

Tôi chưa bao giờ biết về việc cảm âm sẽ như thế nào, và làm thế nào để có thể cảm âm được, và liệu tôi có chơi cảm âm được như vậy không? Đó là những câu hỏi mà tôi không tìm được lời giải đáp khi còn nhỏ, mãi cho tới bây giờ, tôi đã tìm ra được phương pháp của mình, có thể giải thích và huấn luyện được điều đó cho những học viên của tôi.

Tôi vui mừng vì hiện tại, không những chơi đàn tự do theo ý mình, mà tôi còn có thể dạy cho người khác cũng làm được như tôi. Đó là thành công lớn nhất của tôi.

Thời gian đó sắp đến kì thi "Liên Hoan Organ Tỉnh Khánh Hòa", thầy giao cho tôi bài Marching Season (sáng tác bởi Yanni). Bài này tôi từng nghe chị Trúc Linh chơi. Chị bảo chị tập bài này lâu lắm, 5 tháng mới xong. Thật sự đối với tôi, sau khi học đàn organ mới được 3 năm, thì Marching Season vẫn còn là một bài độc tấu mà tôi cảm thấy quá sức đối với mình, quá sức về tốc độ, tôi chưa thể chơi đàn với tốc độ đi nốt quá nhanh như vậy.

Nhưng thầy tôi có lẽ đã đánh giá cao khả năng và tiềm năng của tôi, thầy nghĩ tôi sẽ làm được, và tôi không lựa chọn bài nào khác dễ hơn ngoài bài mà thầy chỉ định để tham gia cuộc thi.

Kỉ niệm của tôi với Marching Season thật khó quên, vì đây là bài mà tôi tập lâu nhất, ròng rã trong 3 tháng, cũng là bài đánh dấu lần đầu tiên tôi đi thi organ, là bài độc tấu cuối cùng mà tôi học với thầy của mình. Tôi đã vượt qua được chính mình, vượt qua được những giới hạn mà tôi nghĩ là mình không thể, để có thể hoàn thành chơi một bài độc tấu khó nhất, dài nhất trước giờ của mình.

Đó là điều tôi tự hào nhất lúc ấy vì tôi biết rằng, tôi là một trong số rất ít những học viên của thầy mới học đàn organ trong 3 năm đã có thể chơi được ***Marching Season,*** và tôi còn tự hào vì mình tập chơi được nhanh hơn cả chị Trúc Linh từng tập. Vậy là tôi đã tự định vị được mình trong lớp học, trở thành học trò giỏi nhất của thầy thời đó.

Nghệ sỹ Yanni

Ngày đó tôi biết đến Yanni nhờ vào thầy tôi. Thầy tôi còn là một ca sỹ, một nhạc sỹ, và Yanni là một nhạc sỹ mà thầy yêu thích.

Thầy bật cho chúng tôi xem những video biểu diễn của Yanni. Đó là lần đầu tiên tôi có thể mở mang đầu óc của mình và biết đến những gì to lớn hơn mà những nghệ sỹ nổi tiếng thế giới đang làm. Họ sáng tác ra âm nhạc của riêng mình.

Từ khi biết đến Yanni, tôi hay xin thầy cho tôi được học những bài hát của Yanni, và vì tôi rất thích những bài hát đó nên bài nào tôi cũng tập rất nhanh. Có lần thầy bảo với mẹ tôi: "Ngọc học nhanh quá, thầy hết biết dạy nó cái gì nữa". Tôi nghĩ đó là lời nói đùa, nhưng không lâu sau, thầy bảo tôi nghỉ học đàn thật. Thầy bảo tôi có thể tự chơi đàn được rồi, không cần đi học nữa.

Tôi không biết nhiều về Yanni ngoài những video thầy bật cho chúng tôi xem. Tôi có thiện cảm với Yanni vì nhìn ông toát lên vẻ thánh thiện, hiền lành, rất nghệ sỹ. Và âm nhạc ông tạo ra nghe nó thật lạ so với những bài hát khác mà tôi từng học.

Sau này tôi mới bắt đầu tìm hiểu thêm thông tin về Yanni và vô cùng bất ngờ, ngưỡng mộ vì Yanni cũng là một người tự học piano, sau này ông trở thành nghệ sỹ, nhạc sỹ nổi tiếng và có sức ảnh hưởng trên toàn thế giới, biểu diễn trực tiếp trước hai triệu người đến từ hơn 20 nước trên thế giới, nhận được hơn 35 album Bạch kim và Vàng trên toàn cầu, với số lượng bán ra hơn 20 triệu bản. (theo wiki)

Tháng 4 năm 2016, tôi có thấy tin quảng cáo Yanni sẽ về Việt Nam biểu diễn trong Festival Huế. Tôi háo hức đặt vé máy bay và khách sạn ở Huế liền ngay trước đó 3 tháng. Nghĩ tới việc tôi có thể gặp tận mắt Yanni ngoài đời bằng xương bằng thịt, tưởng tượng tới việc ông nhìn tôi và tôi có thể nắm tay ông để nói rằng ông đã có ảnh hưởng như thế nào đến tôi, tôi xúc động vô cùng và khóc nghẹn ngào.

Tôi chưa bao giờ mơ rằng mình có thể gặp ông ngoài đời, ông như một hình tượng rất xa xôi mà tôi nghĩ mình không thể với tới. Nhưng khi biết được việc ông sẽ về Việt Nam, tôi không thể nào tả nổi niềm vui sướng, hy vọng dâng trào trong lòng tôi. Ông là người truyền cho tôi cảm hứng về âm nhạc, về việc một người tự học và không xuất phát từ bài bản, chuyên nghiệp trong âm nhạc vẫn có thể nổi danh toàn thế giới nhờ vào tài năng của mình. Và tôi cũng tin mình sẽ làm được như vậy.

Nếu ai đó nói với bạn rằng bạn không thể làm điều gì đó, đừng tin họ. Hãy tìm nhiều lý do để tin vào chính bản thân mình, cho dù điều đó có quá sức với bạn ở thời điểm hiện tại đi chăng nữa, thì hãy cho mình một cơ hội để hết sức thực hiện, hãy cho mình một mục tiêu thời gian, và đừng cho bản thân mình một con đường lùi nào. Nếu bạn chỉ còn có mỗi sự lựa chọn này thôi, thì bạn sẽ phải hết sức làm bằng được. Khi quyết định làm điều gì đó, hãy chấp nhận rủi ro lớn, đừng tìm phương án nào dự phòng nào cả. Rủi ro càng lớn, bạn càng có cơ hội để bứt phá. Nếu luôn chọn lựa những gì an toàn, thì cuộc sống của bạn không có được bất kì kì tích nào cả.

Tôi đã cảm nghiệm điều này không chỉ trong việc học đàn, chơi đàn mà còn trong việc học hành ở trường để thi vào Đại học Ngoại Thương, một trường đại học danh tiếng dành cho những học sinh xuất sắc đứng đầu toàn quốc. Thậm chí gia đình và thầy cô của tôi còn e ngại cho quyết định của tôi, nhưng tôi không chọn phương án B nào cho quyết định của mình. Và vì thế, tôi phải thành công. Thành công không phải là sự lựa chọn được hoặc không, mà là phải thành công, nhất định thành công. Sau này tôi còn có những quyết định khiến tôi cảm thấy sợ, nhưng tôi luôn thầm nhủ với bản thân mình: *Nếu ngày mai mình chết, thì mình phải thực hiện được những gì trước khi chết?* Nhờ suy nghĩ như vậy mà tôi luôn mạnh dạn chấp nhận rủi ro. Khi bạn biết rằng thời gian là hữu hạn, không còn nhiều thời gian cho bạn nữa, thì bạn sẽ hành động khác.

Chuyện đệm đàn nhà thờ và tự học piano

Sau khi thầy dạy organ của tôi mất, tôi không còn ai để có thể hỏi những điều tôi chưa biết, và ở nơi tôi sống lúc bấy giờ, chỉ có thầy là người giỏi nhất. Thầy tôi ra đi là một mất mát lớn của gia đình thầy và một phần nào đó, của tôi nữa.

Tôi bắt đầu đệm đàn trong nhà thờ từ năm học lớp 8. Bốn năm sau đó là khoảng thời gian tôi bắt đầu với việc tự học để chơi đệm đàn piano. Từ sau khi có kĩ năng đệm đàn piano, tôi đã có thể trả lời cho câu hỏi thuở nhỏ của tôi: *Làm sao có thể chơi piano cảm âm như chị Trúc Linh?*

Từ những ngày mới chập chững đệm đàn nhà thờ, những gì tôi được thầy hướng dẫn là mình phải chơi đàn theo hợp âm, tập chuyển hợp âm và đặt hợp âm cho bài hát. Ngày ấy khi đệm đàn nhà thờ, tôi chỉ chơi có một kiểu duy nhất là dậm giữ hai tay từ hợp âm này sang hợp âm khác. Tôi không hề có một khái niệm nào về những kiểu đệm đàn trong piano.

Đệm đàn piano theo quan niệm cách đây hai năm, trước khi tôi phát hành sản phẩm ***Phương Pháp Đệm Hát Piano,*** là chơi đàn lâu năm sẽ tự động chơi được, hay học bằng cách bắt chước lại người khác khi họ đệm một bài hát nào đó. Nhưng đó không phải là một phương pháp dành cho người mới bắt đầu có mục tiêu đệm đàn, mà chỉ dành cho người chơi đàn từ ba năm trở lên. Cũng không có một trường lớp nào dạy về phương pháp đệm hát. Và tôi là người có thể giải thích phương pháp đệm hát một cách đơn giản, ngắn gọn và có công thức sau này.

Thế nhưng nếu như thời điểm đó có ai đó dạy tôi giống như tôi bây giờ đang hướng dẫn lại cho mọi người thì có lẽ tôi đã rút ngắn được quãng thời gian mầy mò tự học của mình. Tôi trân trọng những cố gắng và nỗ lực của mình để tự học, để sáng tạo, và tôi cảm ơn vì mình được đặt trong một môi trường giúp tôi duy trì việc chơi đàn và động lực thôi thúc mình phải học hỏi và sáng tạo điều mới - đó là ca đoàn thiếu nhi của tôi.

Tự học piano dựa vào việc quan sát người khác chơi gì

Mỗi tuần tôi được giao cho tập 5 bài hát trong Thánh lễ nhà thờ. Những tháng đầu tiên, là những tháng tôi tập làm quen với ca đoàn, với phản xạ đệm cho người khác hát, phải chuyển hợp âm đúng lúc, đúng nhịp. Khi Cha nhà thờ xướng lên, tôi phải để để dạo đầu cho Cha hát. Khi giáo dân hát bộ lễ sai nhịp, tôi phải phản xạ theo sự nhanh chậm, tốc độ hát của giáo dân. Tôi phải học cách xử lý khi mình đàn sai hợp âm, sai giọng, sai nhịp.

Đó là những ngày tháng vụng về, không biết bao nhiêu là cái sai, không biết bao nhiêu là tình huống, nhưng rồi sau một năm, thì tôi đã lường trước được những tình huống mà mình phải xử lý, và tôi đã quen dần được với việc đệm đàn cho ca đoàn trong nhà thờ.

Tuy nhiên những gì tôi biết vẫn còn hạn hẹp và kĩ năng đệm của tôi vẫn rất cơ bản và bình thường, dựa theo việc chuyển hợp âm và quan sát, bắt chước cô Bảo - người đệm đàn trước đó cho ca đoàn.

Tôi thấy tay trái của cô khi chơi có di chuyển các nốt nhạc trong hợp âm, không như trong chơi organ là chỉ giữ lại phần tay trái, nhưng cô chỉ chơi có một kiểu như vậy. Kể từ đó tôi mới bắt đầu tìm kiếm những kiểu đi nốt tay trái khác, và đoán xem quy luật của chúng là như thế nào.

Tự học piano từ những bản nhạc mình từng chơi

Tôi bắt đầu với những bài độc tấu organ mà mình từng học. Tôi hoàn toàn có thể đọc bất kì bản nhạc hai tay nào để chơi lại, và tôi để ý từng bài mà tôi đã từng chơi của Yanni, những bài độc tấu khác, tôi đã sử dụng tay trái của mình như thế nào. Và rồi tâm trí tôi như rộng mở, hóa ra tất cả đều có quy luật nào đó.

Và tôi bắt đầu ứng dụng từng tư thế, từng quy luật mà tôi học được qua những bản nhạc. Không ai chỉ cho tôi biết về quy luật, chỉ đơn giản là chơi theo những gì bản nhạc ghi sẵn. Nhưng tôi thuộc tuýp người thích tìm hiểu những công thức và quy luật cho riêng mình, nên tôi gọi đó là những quy luật của tôi.

Đó là một phát hiện của tôi thời thơ ấu, và tôi chơi đàn lên tay hẳn, hay hơn hẳn nhờ vào sự vận dụng và thay đổi thường xuyên những quy luật tay trái của mình. Thời gian đầu khi chơi những quy luật mới, khá là khó khăn và mất thời gian để làm quen. Nhưng sau khoảng 1-2 tháng thường xuyên sử dụng thì tay trái của tôi có thể chơi theo bản năng.

Đây cũng chính là điều cốt lõi trong phương pháp hướng dẫn chơi piano đệm hát của tôi sau này. Tôi cho người học từng quy luật nhỏ, áp dụng ngay trên bài hát để đệm, họ làm quen với nhiều tư thế và quy luật khác, luyện tập và biến chúng thành bản năng, và bước cuối cùng là tôi dạy họ cách pha trộn những quy luật này để tạo thành một kiểu đệm phong phú.

Tự học piano từ việc lắng nghe và bắt chước lại

Thời đó, tôi có dịp tham gia cùng ca đoàn tới các nhà thờ khác trong tỉnh để giao lưu. Ở mỗi đợt giao lưu này, mỗi ca đoàn sẽ trình diễn một bài hát. Và tôi cũng phải cố gắng đàn thật hay để nâng tiếng hát của ca đoàn mình. Đó là lý do buộc tôi phải sáng tạo, phải không ngừng tìm tòi điều mới.

Mỗi lần giao lưu với các ca đoàn nhà thờ khác, tôi chỉ chú tâm vào tiếng đệm đàn. Tôi nghe và cố gắng phân tích họ đang chơi gì, quy luật gì, kiểu đệm gì, tôi ghi nhớ lại những âm thanh đó trong đầu và cố gắng bắt chước lại để đàn sao cho gần giống nhất.

Điều này khó vô cùng, và tôi thử đi thử lại không biết bao nhiêu lần. Có những âm thanh đệm nghe rất hay, rất lạ nhưng tôi không tài nào biết được họ đang chơi gì, tôi hoàn toàn chỉ dựa vào tiết tấu mà họ chơi để có thể chơi lại gần giống nhất với tiết tấu đó.

Sau này tôi nhận ra rằng, cho tới khi những kiểu đệm đàn piano đã trở thành bản năng của hai tay, cho tới khi bạn không còn để ý nhìn tay mình đang bấm nốt gì, hay cố gắng tạo ra quy luật, thì đó chính là lúc bạn chuyển mình sang bước sáng tạo và có bản năng tạo ra giai điệu và kiểu đệm.
Ngoài việc lắng nghe những người đệm đàn
ở các nhà thờ khác chơi như thế nào, tôi còn luôn chú tâm vào phần nhạc nền ở tất cả các bài hát mà tôi nghe để vận dụng những kiểu đệm và cách đi nốt lấp chỗ trống mà tôi gọi là Fill-in. Khi nghe nhạc bình thường, bạn sẽ chỉ chú tâm vào ca từ, giai điệu nhưng với tôi, tôi sẽ chú tâm vào phần nhạc nền, đặc biệt là nhạc nền những bài hát có tiếng piano trong đó.

Tôi nghe nhạc rất nhiều, đặc biệt là những bài hát tiếng Anh bất hủ, nhạc Việt trữ tình, nhạc Hàn Quốc, nhạc trẻ. Riêng có nhạc cổ điển thì tôi không nghe vì tôi thật sự không hiểu.

Sau này tôi có xem một video trên TEDTalk (một kênh Youtube những nhà nghiên cứu, doanh nhân

chia sẻ kinh nghiệm, kiến thức, phát hiện của mình) và được biết rằng nhạc
ở thời những nhạc sỹ sáng tác nhạc cổ điển, thì nhạc cổ điển không được sáng tác dựa vào vòng hòa âm, cũng không có khái niệm về hợp âm ở thời đó.

Đó cũng là lý do tôi chọn tập trung vào dòng nhạc Pop-ballad, nhạc nhẹ trữ tình với giai điệu, ca từ hay và dễ nghe, dễ thấm. Nếu có tâm trạng, thì nghe nhạc như thế này, tôi cảm thấy được khuây khỏa. Tôi cũng vô cùng yêu thích nhạc nhẹ không lời, nhưng mãi đến sau này khi tôi bắt đầu làm quen với solo piano thì tôi mới nghe nhạc không lời nhiều hơn.

Trong âm nhạc, giác quan quan trọng nhất đó là thính giác. Có đôi tai nhận biết được nhịp điệu, tiết tấu, giai điệu, từ đó thể hiện lại những gì mình nghe được. Đó là lý do vì sao, khi học đàn trong thời gian đầu bạn chỉ đơn giản là chơi theo quy luật, chơi theo bản nhạc; nhưng để có thể sáng tạo và có chất riêng của mình, bạn cần phải có kĩ năng cảm âm, nghe nhạc thật nhiều và phát hiện thật nhiều thứ mới lạ, diễn tả lại những gì bạn nghe được, có thể giống hoặc gần giống. Đó là cách mà âm nhạc phát triển, qua cảm nhận của mỗi người khác nhau, nó sẽ được diễn tả lại bằng một cách khác, dựa vào kinh nghiệm, kĩ năng, cảm xúc và tính cách của người đó.

Tự học piano từ những điệu nhạc trên đàn organ

Cây đàn 88 phím mà tôi được ông John tặng, có rất nhiều điệu nhạc hay. Và tôi hay mầy mò bật những điệu nhạc đó trên đàn để nghe cho từng điệu nhạc. Điệu nhạc Pop nhạc nền như thế nào, có những nhạc cụ gì chơi trong đó, và mỗi nhạc cụ sẽ đi tiết tấu ra sao. Tôi thử tắt mở các phím chức năng tương ứng với từng loại nhạc cụ để làm nên phần nền, và tôi học tiết tấu từ đó.

Để có thể phân biệt được các điệu nhạc, không gì tốt hơn là có một cây đàn organ. Chỉ có organ mới tổng hợp đầy đủ nhiều thể loại giúp bạn khám phá về các điệu nhạc. Tôi biết về các điệu nhạc bởi tôi quá quen với việc nghe đi nghe lại những điệu nhạc đó trên cây đàn của tôi.

Tôi biết phân biệt điệu nào với điệu nào nhờ vào tiết tấu và cả một phần vào suy luận nhạc lý của tôi và kinh nghiệm ứng dụng các kiểu đệm này trong đệm đàn nhà thờ. Có một số bài tôi chơi kiểu này không hợp, tôi phải thử chơi kiểu khác. Tôi thử cách này qua cách khác và tôi rút ra được cách áp dụng từng điệu lên bài hát phù hợp.

Tự học piano từ việc gợi nhớ lại những cách đi nốt dành cho tay phải mà mình từng được học trước kia

Nhiều người hỏi làm thế nào mà tôi có những kiểu Intro và đi nốt tay phải như vậy. Thực sự, từ nhỏ khi đệm đàn nhà thờ được ba năm, khi tôi đã có những quy luật tay trái của mình, tôi đã bắt đầu muốn bài đệm của mình đặc sắc hơn nhờ vào tay phải.

Tôi xem đây là một điểm khác biệt của tôi so với những người đệm đàn khác, bởi cách luyến láy khác, đi nốt khác, chọn giai điệu khác cho phần Fill-in của mình. Nếu bạn muốn nổi bật trong đệm đàn cho người khác hát, bạn chỉ có vỏn vẹn vài khoảnh khắc hiếm hoi là khi họ đang hát ngân ra một từ nào đó thật dài, và khi họ không hát. Đó là những giây phút hiếm hoi mà người đệm đàn có cơ hội được tỏa sáng, được lắng nghe. Khi bạn đệm cho người khác hát, khán giả nghe người hát, chứ hiếm ai nghe người chơi đàn, chỉ có những người chơi nhạc cụ mới may ra là để ý bạn đàn kiểu cách gì.

Đệm đàn piano đầu tiên phải là hòa hợp và nâng tiếng hát của người hát lên, không phải là phút giây bạn thể hiện mình chơi điêu luyện tới đâu. Nếu bạn đệm thật màu mè không phù hợp với bài hát và người hát thì bài biểu diễn của hai người cũng không để lại cảm xúc gì.

Tôi luôn chọn kiểu đệm đơn giản nhất cho mình khi tự đàn tự hát, và chỉ có những phút giây hiếm hoi tạo màu bằng Fill-in, tôi không quen với việc quẹt ngón trên đàn từ đầu này xuống đầu kia, tôi cảm thấy không quá thích đến việc gây sự chú ý. Đó là lý do tôi chọn Fill-in là thứ mà mình cần sáng tạo và khác biệt.

Để có thể có những ý tưởng Fill-in, tôi dựa vào những cách đi nốt trên những bài organ mà mình từng học bởi có những bài

ở đoạn chơi ngẫu hứng, cực kì sáng tạo và rất phong phú trong cách đi nốt tay phải. Thông thường thì những bài organ tôi từng chơi thuộc lòng thì tay phải không còn suy nghĩ nữa. Khi tôi bắt đầu phân tích tay phải của mình trong những bài organ đó, tôi bắt đầu nghiệm lại thành những quy luật nhỏ.

Mỗi lần tôi chơi đàn, thì trong đầu tôi luôn vang lên tiếng nói: Làm gì để khác biệt cho đoạn nhạc sau? Cần sử dụng quy luật nào tiếp theo cho bài hát này? Lúc nào cũng vậy, vừa chơi đàn, tôi vừa suy nghĩ, và phóng tác dựa vào cảm xúc và suy nghĩ đó của tôi. Tôi không chơi giống nhau ở mỗi lần mình đàn, vì mỗi lần lại là một suy nghĩ khác đến với tôi.

Tự học piano từ những lời nhận xét của mẹ

Mẹ tôi không hề biết chơi đàn organ hay biết về nhạc lý, mẹ tôi biết một chút guitar và đàn madoline, một chút kèn harmonica, tất cả mẹ đều tự học dựa vào cảm âm. Có lẽ tôi thừa hưởng gen di truyền về cảm nhận âm nhạc từ mẹ của mình.

Nhờ vào việc mẹ tôi có khả năng cảm nhận âm thanh, nên khi tôi đàn ở nhà thờ, sau mỗi thánh lễ tôi đều hỏi mẹ: "Má thấy hôm nay con đàn ra sao? Có hay không?". Tôi hay hỏi những câu đại loại như: Con có đẹp không? Con có giỏi không? Con đàn hay không? ... Tôi rất thích hỏi những câu để mẹ tôi phải khẳng định những điều tích cực về tôi.

Mỗi lần tôi hỏi, mẹ tôi đều trả lời "Có", và kèm theo đó là một số góp ý nho nhỏ. Nhờ vậy mà tôi không bao giờ cảm thấy tiêu cực về bản thân mình.

Điều đó khích lệ tôi rất nhiều để có thể sáng tạo hơn và luôn đổi mới.

Mẹ tôi hay bảo tôi: "Chỗ này con thêm vào cái gì đi, bài hát đó chơi kiểu khác đi…"

Mỗi lần tôi có ý tưởng gì mới, tôi đều chia sẻ cho mẹ tôi biết và nhờ mẹ nghe thử. Tôi biết mẹ tôi đủ yêu thương và bao dung với tôi để luôn khuyến khích, động viên, góp ý cho tôi thay vì đánh giá, phân tích, bình phẩm, nhận xét tiêu cực như những người khác.

Bạn nên nhớ rằng, chỉ có những người yêu thương mình nhất mới làm được những điều này cho mình. Ngoài ra, thì hãy bỏ ngoài tai những lời bàn tán tiêu cực xung quanh mình. Hãy chỉ lắng nghe từ những người bạn tôn trọng, bạn yêu quý, và họ cũng tôn trọng, yêu quý bạn. Họ sẽ có góp ý mang tính xây dựng, chứ không phải là những góp ý mang tính vùi dập bạn.

Hãy cẩn thận với những người bạn tiếp xúc, những lời nói bạn thu nạp vào bản thân mình. Hãy sống ở môi trường tích cực, hãy tìm đến những người biết động viên và biết lắng nghe bạn. Họ sẽ giúp cho bạn rất nhiều để phát triển hơn trong lĩnh vực của mình.

Xây dựng kênh Youtube

Sau bốn năm mầy mò tự học ở thời niên thiếu, sau này khi bước chân vào giảng đường đại học, âm nhạc vẫn là một người bạn tri kỉ của tôi. Tới giai đoạn này thì tôi tự học bằng cách khác, tôi có mạng internet và biết tới Youtube, nơi nhiều người trên thế giới tự do chia sẻ những video của mình. Tôi mở rộng tầm mắt về thế giới ngoài kia nhờ vào Youtube. Nhờ Youtube, tôi biết được người ta ngày nay đang chơi nhạc gì, họ có những phong cách ra sao.

Khi tôi bắt đầu với Youtube vào năm 2011 thì ở Việt Nam, mạng xã hội này vẫn chưa thịnh hành. Hầu như rất hiếm thấy người Việt Nam nào có video chơi đàn và đăng tải lên Youtube, và tôi là một trong số ít những người đó.

Động lực để đến với Youtube

Khi còn là sinh viên năm hai, tôi có tham gia đàn keyboard trong một ban nhạc do những bạn, anh chị sinh viên trong trường lập nên. Chúng tôi biểu diễn ở quán café gần trường vào mỗi tối cuối tuần. Đây cũng là môi trường giúp tôi trở lại với âm nhạc sau một năm hầu như không đụng đến cây đàn. Tôi cứ ngỡ rằng con đường âm nhạc của tôi đến khi vào đại học là chấm dứt, chỉ có khi nào về quê mới có đất diễn ở nhà thờ.

Trong lòng tôi cảm thấy thật vô vị khi cuộc sống của mình không còn gắn với âm nhạc và chơi đàn. Tôi không còn là một cô gái tự tin khi tôi không nhìn ra được mình có tài năng và giá trị gì trong xã hội. Thời đó tôi vẫn còn chưa nhận ra rằng, tôi là người tài năng. Tôi nghĩ mọi thứ trước giờ tôi làm thật bình thường. Tôi là một người bình thường, tôi chưa đủ trình độ hay tư cách để có thể tiếp tục chơi nhạc, hay thậm chí kiếm tiền từ đó.

Chính Niche Band là nơi mà tôi có thể bắt đầu trở lại với âm nhạc. Lúc ấy tôi chỉ nghĩ đơn giản, mình muốn có một công việc làm thêm và công việc ấy có liên quan tới sở thích âm nhạc của mình. Và may mắn cho tôi vì đã gặp gỡ những con người ấy, chúng tôi là những cô gái, cậu trai hãy còn nhiều đam mê của tuổi trẻ, sống hết mình với âm nhạc, cũng chưa nghĩ tới tương lai mình sẽ làm gì, như thế nào. Chúng tôi chỉ biết rằng mình thích và mình vui với công việc này. Hai trong số thành viên trong Niche Band giờ đây cũng có con đường âm nhạc riêng của mình, là ***Trương Thảo Nhi*** (một người bạn cùng quê khá thân với tôi trước đây) và ***Ngọc Hiển*** (ca sĩ hát bài Thằng Cuội trong bộ phim *Tôi thấy hoa vàng trên cỏ xanh*).

Chơi đàn ở Niche Band một thời gian, tôi bắt đầu biết đến ***Vinh Khuất*** - một người mà tôi thần tượng ở giai đoạn này nhờ vào video chia sẻ từ một thành viên của ban nhạc. Lúc ấy tiếng gọi sâu thẳm trong lòng tôi như được trỗi dậy. Tôi nhìn thấy chính mình trong cách mà anh ***Vinh Khuất*** thể hiện.

Trong video đầu tiên tôi xem, anh vừa đàn vừa hát bài ***Grenade*** (của Brumars), ngón đàn của anh quá điêu luyện để vừa đàn vừa hát, tôi cảm nhận anh chơi đàn thực sự theo đúng tính cách và bản năng của mình, không còn bất kì sự gò bó hay quan tâm là người khác nghĩ gì về mình.

Không như những người chơi đàn khác, Vinh Khuất có một sự nổi loạn, phóng khoáng, vui vẻ và thực sự thoải mái, tự do. Có lẽ anh không biết nhờ vào video đó cuộc sống của tôi đã thay đổi đến mức nào. Tôi muốn mình cũng sẽ chơi đàn như thế, tự do phóng khoáng và "điên khùng" như thế.

Không lâu sau đó, tôi quyết định mua một cây đàn piano điện. Để mua được cây đàn này, tôi đã tích cóp và vay mượn từ những người bạn của mình, những người giúp đóng góp cho tôi mua được cây đàn đầu tiên là anh Trung (một người anh kết nghĩa của tôi), chị Trúc Linh (thần tượng thời nhỏ của tôi) và bạn trai cũ của tôi. Ngày đó, mỗi tháng ba mẹ tôi gửi vào cho tôi 1.500.000 đồng cho tôi ăn học, tôi phải tích cóp từ việc làm thêm của mình ở Niche Band, nhịn ăn nhịn mặc không dám nói với ba mẹ rằng tôi mua đàn piano điện, tôi sợ ba mẹ sẽ ngăn cản tôi.

Trước đó, tôi được cô Tám cho một chiếc camera Sony màu hồng. Đó cũng là phương tiện quay video của tôi. Từ khi có đàn, tôi thường ngồi vào đàn rất ngẫu hứng, từ lúc sáng sớm mới ngủ dậy chưa đánh răng rửa mặt cho tới lúc trời tối khuya 2-3 giờ sáng, cứ giờ nào tôi có hứng thú là tôi ngồi vào đàn, ngày nào cũng vậy.

Ngày đó tôi rất thích được lên tivi và có ước mơ một ngày nào đó mình sẽ được lên tivi và tôi liên tưởng Youtube như là một kênh tivi của riêng tôi vậy. Mỗi lần ngồi vào đàn là tôi đặt camera kế bến, tôi cứ để camera chạy từ đầu đến cuối cho tới khi hết pin, quay lại khoảnh khắc mà mình ngồi trên đàn. Xem lại những khoảnh khắc ấy tôi thích lắm, trong video là hình ảnh của tôi, một cô gái trong bộ đồ và mái tóc lùi xùi, đang chơi ngẫu hứng những bài hát mình yêu thích.

Việc ghi lại những video tôi tập đàn và chơi đàn như thế, giúp tôi nhìn lại và có cái nhìn khách quan về mình, về âm thanh mình chơi như thế nào, về cách chơi và phong cách của mình. Tôi dần dần nhận diện được chính mình, dần dần tôi biết mình là ai, mình muốn gì, mình như thế nào qua việc quan sát mình trong từng video.

Công việc hằng ngày của tôi lúc đó là chơi đàn, xem video trên Youtube. Tôi tìm kiếm những kênh Youtube khác cũng về chủ đề chơi đàn piano, về những người chơi piano khác trên thế giới. Từ đó tôi có thể nhìn nhận được khả năng của mình và biết được rằng mình thực sự có tài năng. Tôi thấy có rất nhiều người không chơi được như tôi, và tôi nhận ra điểm mạnh của mình là tôi có thể chơi cảm âm bất cứ bài hát nào tôi thích và đàn tự do trong khi không nhiều người trên Youtube làm được.

Tôi quyết định đầu tư nhiều thời gian hơn nữa cho việc rèn luyện kĩ năng của mình, không bởi cách gì xa lạ, mà tập chơi thật
nhiều bài hát mình thích, suy nghĩ chơi ra sao cho thật hay, thú vị, sáng tạo - gọi là piano cover.

Tôi cũng luôn luôn tìm đến những video chơi piano của những người chơi piano cover khác, và Sunny Choi là một nghệ sỹ đúng với những gì tôi tưởng tượng về piano cover. Cô học piano chuyên nghiệp và chọn con đường chơi piano hiện đại, mọi thứ từ kĩ năng tới cách sáng tạo của cô thật quá tuyệt vời, đây cũng là thần tượng thứ hai của tôi trong giai đoạn này, bên cạnh Vinh Khuất.

Được biết đến thông qua mạng xã hội

Nhờ việc liên tục chơi piano và đăng tải những video ngẫu hứng của mình trong suốt hai năm đầu đại học, tôi bắt đầu có được sự chú ý từ cộng đồng mạng. Khi tôi nói đến sự chú ý của mạng xã hội, nghĩa là có cả tích cực lẫn tiêu cực.

Trước đó, tôi chỉ hay nghe nhạc nước ngoài và chơi piano những bài hát nước ngoài. Chỉ khi tôi chơi piano cover nhạc Việt Nam, tôi bắt đầu nhận được nhiều ý kiến vì thời ấy mọi người bắt đầu biết đến Youtube và hình thức cover lại các bài hát đang nổi trên thị trường.

Bài hát Việt Nam tôi chơi đầu tiên là bài *Tình về nơi đâu* (Thanh Bùi) vì tôi được người anh kết nghĩa yêu cầu đàn bài này. Lúc ấy cũng chẳng có nhiều người xem hay bình luận gì. Cho tới khi tôi chơi đến bài *Nơi tình yêu bắt đầu* (Bằng Kiều) và Canon in C, lượt xem video của tôi bỗng dưng tăng vọt đến con số hàng chục nghìn.

Con số này thực sự rất ý nghĩa đối với tôi, nó cho tôi biết một điều rằng: ***Khi bạn kiên trì xuất hiện và làm những điều bạn thích, thì mọi người sẽ biết đến bạn.*** Tất cả những gì chúng ta cần là một cú hích để tiến lên, và sự chú ý của mọi người dành cho những video của tôi mang lại động lực lớn để tôi tiếp tục chơi đàn.

Tôi nhận được nhiều yêu cầu làm video hướng dẫn chơi các bài hát mà tôi đàn trên Youtube và tôi rất sẵn lòng chia sẻ. Tôi quay phim và bắt đầu học cách chỉnh, cắt ghép video thành từng phần có bố cục để người xem dễ hình dung được hướng dẫn của tôi. Tôi chỉ đơn giản là hướng dẫn lại cách mình chơi, sao cho đơn giản, dễ hiểu nhất để những người mới học piano có thể chơi được. Lúc ấy, mọi thứ tôi làm đều xuất phát từ sở thích chơi đàn của tôi và với mục đích "được lên tivi". Sau này, từ sở thích, ngẫu hứng tôi bắt đầu có sự tập trung và đầu tư cho kênh Youtube của mình, về việc này, tôi sẽ nhắc đến ở phần "Xây dựng thương hiệu cá nhân" ở chương sau.

Tới năm 2013, tôi bắt đầu được báo chí biết tới.

Cơ duyên xuất hiện trên báo chí của tôi đến từ Thanh Thủy - một bạn trẻ ở Hà Nội theo dõi tôi qua các video chơi đàn và hướng dẫn piano, sau này cũng là một học trò học phương pháp đệm hát piano của tôi. Thời gian đó Thủy đang làm công việc cộng tác viên bán thời gian ở tòa báo Sinh Viên Việt Nam. Đây cũng là tờ báo mà tôi từng tham gia cuộc thi ***Gương Mặt Sinh Viên - Facebook 2012*** và được nằm trong top 18 sinh viên tài năng toàn quốc có mặt trong đêm chung kết tại Hà Nội.

Nhờ tham gia cuộc thi mà tôi biết đến chị Vân, biên tập tờ báo lúc bấy giờ và phụ trách cuộc thi này. Tôi gặp chị vỏn vẹn một lần vào đợt ra Hà Nội năm ấy, chị rất hòa đồng và thân thiện với các thí sinh như một người chị, và chúng tôi được chị mời đến nhà chơi trước khi vào lại Sài Gòn.

Bẵng đi một năm sau cuộc thi, chị Vân nhận được một bài viết từ bạn trẻ cộng tác viên của tòa soạn viết về tôi, chị nhận ra tôi ngay và tất nhiên với sự ưu ái dành cho một thí sinh từng tham gia cuộc thi Gương mặt sinh viên, chị không do dự duyệt bài và cho tôi được xuất hiện lên tờ báo này.

Từ đó, các trang báo mạng khác bắt đầu liên hệ với tôi, năm đó tôi xuất hiện liên tục trên các trang Dantri.vn, Nguoiduatin.vn, VnExpress iOne... với tiêu đề ***"Nàng Piano" Bội Ngọc, Cô gái sở hữu nhiều clip piano nhất Việt Nam, Cô giáo trẻ xinh đẹp dạy đàn piano miễn phí...***

Tôi chưa bao giờ ngờ tới việc mình sẽ lên báo như thế. Mọi thứ đến một cách tự nhiên, sau hơn hai năm tôi hoạt động trên Youtube. Tiếp nối báo mạng, đài truyền hình VTV6 và HTV4, VTC cũng tìm đến tôi để phỏng vấn và làm phóng sự. Vậy là tôi đã thực sự được lên tivi như ước nguyện.

Bí quyết để xây dựng kênh Youtube mang dấu ấn cá nhân

Ban đầu khi bắt đầu với Youtube, ý định của tôi vô cùng đơn giản, chỉ là vì tôi thích được xuất hiện trước mọi người, tôi thích chơi đàn và tôi thích được mọi người biết đến.

Càng về sau, tôi càng nhìn nhận mục đích của mình một cách rõ ràng và nghiêm túc hơn. Đối với tôi, để thành công trong những việc mình làm quan trọng nhất là biết được mình muốn gì. Ước muốn càng mạnh mẽ, động lực thúc đẩy bạn phải đặt nhiều thời gian và sự nỗ lực để đầu tư vào điều đó càng lớn.

Để được nổi tiếng trên mạng xã hội, bạn cần xây dựng cho mình một bản sắc và giá trị riêng. Tôi gọi đó là "thương hiệu cá nhân". Trong tâm trí tôi, từ khi còn là một sinh viên năm nhất ở trường đại học, cụm từ "thương hiệu cá nhân" là thứ làm tôi luôn phải suy nghĩ.

Thương hiệu cá nhân theo tôi là việc khám phá và hiểu về bản thân như thế nào, đồng thời thông qua những suy nghĩ, hành động, lời nói của mình thể hiện ra thế giới xung quanh. Xây dựng kênh Youtube cũng tương tự như bạn đang xây dựng một nơi để mình được có tiếng nói với thế giới xung quanh về bản sắc của chính mình.

Một số câu hỏi sẽ giúp bạn định hình được mình trên mạng Youtube hay bất cứ mạng xã hội nào khác như:

1. Bạn muốn đăng tải những gì trên trang này, nếu là video thì sẽ về chủ đề gì là chủ yếu?

Tìm cho mình một chủ đề, chính là tìm cho mình một lĩnh vực mà bạn thích thú nhất, tự tin hoặc có hiểu biết về nó nhất trong các lĩnh vực khác trong cuộc sống của mình. Bạn cũng có thể biết mình thích gì thông qua việc để ý nhiều hơn tới những gì bạn dành đa số thời gian của mình hằng ngày, chẳng hạn như: Thể thao, kể chuyện, làm đẹp, mua sắm, nghe nhạc, tìm kiếm google, chơi game... Nếu bạn có những thú vui như chơi game, chăm sóc cây cảnh, chăm sóc thú cưng... những thói quen tưởng chừng bình thường ấy đôi khi là những thứ bạn có kinh nghiệm nào đó có thể hướng dẫn cho người khác, hay đơn giản là chia sẻ và nói về nó. Kênh Youtube là nơi để bạn tự do chia sẻ những điều đó.

2. Bạn muốn đăng tải những video hay nội dung về một hay những chủ đề nào? Hãy tập trung vào một chủ đề trong một khoảng thời gian nhất định, đủ để bạn trở thành người "chuyên gia" trong chủ đề đó.

3. Hãy lắng nghe những người xem video của bạn, đặc biệt là những người bình luận mang tính xây dựng, họ bình luận những gì về bạn nhờ đó bạn dần dần nhìn thấy điểm mạnh của bản thân và những điểm mà mình cần cải thiện.

4. Để xây dựng hình ảnh bản thân trên cách cải thiện hình ảnh của bản thân, mọi người luôn bị bắt mắt bởi hình ảnh trước khi xem nội dung là gì.

Ngày đó tôi hay đăng video với khung cảnh trong một căn phòng bừa bãi đồ đạc, đầu tóc bù xù khi tôi mới ngủ dậy và không quá quan tâm tới việc ngoại hình của mình xuất hiện trên video như thế nào. Những lời bình luận tôi hay gặp của những người hâm mộ mang tính xây dựng đều đề cập tới cái hậu trường lộn xộn của tôi trên video. Ban đầu tôi không nghĩ nhiều về nó, nhưng khi nhiều người cùng có quan điểm về điều đó, chính là lúc tôi nghĩ mình cần thay đổi.

Tôi bắt đầu để ý nhiều hơn và đầu tư vào chất lượng hình ảnh và âm thanh của video. Tôi mua một chiếc camera mới và tìm hiểu về cách sắp đặt ánh sáng cho video, loại ống kính nào giúp lên hình đẹp hơn, nền video sẽ là màu gì, tôi sẽ mặc trang phục như thế nào, mở đầu video sẽ là gì, tiêu đề sẽ được đồng loạt chung là chủ đề gì, nếu làm video hướng dẫn thì sẽ có bố cục chung như thế nào?... Tất cả những thứ đó phần nào phản ánh hình ảnh, tính cách mà bạn thể hiện trên mạng xã hội.

Nếu bạn thực sự muốn đầu tư phát triển hình ảnh và thương hiệu của mình trên inernet, hãy suy nghĩ về những điều đó, về hình ảnh, phong cách và chủ đề của bạn. Bạn cũng có thể theo dõi nhiều video, hình ảnh trên các trang khác trong nhiều lĩnh vực, xem thử phong cách, màu sắc hay cá tính nào mà bạn thích để có thể mô phỏng bản thân mình theo phong cách như vậy.

1. Bạn có cam kết đăng bài viết, video theo một lịch trình cụ thể thống nhất hay không? Bạn sẽ đăng ở đâu? Bạn sẽ chia sẻ link ở những trang nào? Những ai sẽ có hứng thú với chủ đề của bạn?

Hình dung khán giả của mình là những ai sẽ giúp cho bạn biết mình sẽ nên xuất hiện ở đâu để những khán giả ấy có thể nhìn thấy bạn. Nếu bạn yêu thích du lịch, hãy tìm tới những forum, website, group, blog về du lịch, nơi những người cùng sở thích đó sẽ lui tới.

2. Hãy quan sát những người thành công trong cùng lĩnh vực, chủ đề của bạn, họ có điều gì để bạn học hỏi?

Giả sử nếu bạn không nổi tiếng sau hai năm kiên trì với chủ đề mà mình đang theo đuổi, thì bạn cũng chẳng mất mát gì cả. Khi điều bạn đang làm không phải là một thú vui và sở thích của bạn thì bạn sẽ luôn cảm thấy khổ sở về việc theo đuổi nó mà không có kết quả, bạn sẽ muốn bỏ cuộc rất sớm khi không đạt được điều mình muốn.

Tôi nghĩ bí quyết của thành công bước đầu tiên là việc không suy nghĩ và tính toán quá nhiều tới việc mình có thành công hay không. Càng cân đo đong đếm thì bạn càng mất đi tính tự nhiên và sự vô tư trong việc mình làm, và người khác cũng dễ dàng nhận ra việc bạn đang làm là đang cố gắng vì một mục đích nào đó.

Mọi thứ bạn làm hãy nên xuất phát từ sự vô tư, tự nhiên, cảm xúc thực và sự hào hứng mà bạn có, thêm vào đó là sự cố gắng và đầu tư tốt hơn cho nó, đó là bí quyết.

Tôi nghiệm ra rằng, mọi thứ xảy ra trong cuộc sống của mình đều có một cơ duyên nào đó. Nếu nối lại những điểm mốc trong cuộc đời mình, tất cả đều dẫn đến con đường mà tôi đang đi. Một cách nào đó, cuộc sống của chúng ta được sắp xếp theo một trình tự, đó là những người ta gặp, những hành động, quyết định của ta trong mỗi giai đoạn cũng sẽ hướng tới một điều gì đó trong tương lai.

Nếu ta cứ ấp ủ một ước mơ, và hành động để đạt được ước mơ đó, thì một ngày không xa, ta sẽ thực hiện được. Do đó, bạn hãy bắt đầu mơ ước, tưởng tượng, mơ mộng, và bắt đầu hành động để biến ước mơ của mình thành hiện thực.

Chuyện dạy đàn

Con đường để tôi đến với việc dạy đàn piano như bây giờ thực sự không phải là điều ngẫu nhiên. Tôi chưa bao giờ có kế hoạch hay định trước được rằng mình sẽ là một cô giáo dạy đàn, sẽ sáng tạo ra phương pháp của riêng mình hay thậm chí là kinh doanh trong lĩnh vực học piano trực tuyến.

Mơ ước của tôi lúc còn nhỏ là trở thành một nhà thiết kế thời trang, vì ngày đó tôi thích mặc quần áo đẹp và vì tôi có bà nội làm thợ may. Công việc mơ ước của mình ư? Tôi hoàn toàn không có một chút định hướng hay khái niệm gì về nó cho tới khi tôi 22 tuổi. Công việc mơ ước là lựa chọn và quyết định của chính tôi, chứ không đến từ kì vọng của gia đình hay xã hội.

Giờ đây tôi thấy rằng ở bất cứ lĩnh vực nào bạn cũng có thể thành công. Trong cuộc sống này, chúng ta luôn cần có nhau, chúng ta luôn cần mọi người ở nhiều lĩnh vực khác nhau hỗ trợ để thành công. Bạn cần một người giúp bạn ở một lĩnh vực không phải chuyên môn của bạn, và người khác cũng cần bạn ở chuyên môn của bạn. Hãy chọn cho mình một thứ gọi là chuyên môn.

Nói đến chuyên môn, tôi không nói rằng bạn phải tốt nghiệp trường này trường nọ, mà là khả năng giải quyết vấn đề của bạn ở mảng nào là tốt nhất.

Đã bao giờ bạn thấy bạn bè mình rất hay rủ rê mình đi chơi không? Hay mỗi lần mẹ bạn rất hay nhờ bạn làm một việc gì đó vì tin tưởng bạn? Điều gì bạn bè của bạn thích tâm sự, hỏi ý kiến của bạn? Đó đều có thể là chuyên môn của bạn, chuyên môn là thứ mà người khác cần có bạn để thực hiện. Thật sự quá tốt nếu bạn chọn ngành học phù hợp và làm việc trong chính ngành học mình yêu thích. Nhưng nếu không, thì bạn phải xâu chuỗi lại tất cả những hoạt động của mình từ trước đến nay.

Khi xâu chuỗi lại những gì mình đã làm trong quá khứ, tôi nhận thức được sâu sắc rằng con đường mà tôi đang đi chính là sứ mệnh của mình.

Phụ thầy dạy đàn organ cho trẻ em

Sau khi tôi học đàn organ với thầy được ba năm và được thầy chính thức "đuổi học", thì tôi bắt đầu đến lớp làm "trợ giảng" phụ thầy dạy cho các em nhỏ.

Hình như tôi bây giờ cũng giống hình ảnh của chị Trúc Linh ngày xưa trong mắt tôi, tôi cũng kèm và xem các em nhỏ tập đàn, tôi cũng chơi với tụi nhỏ và trò chuyện với các em, tôi cũng đàn các bài hát tôi từng học cho các em nghe.

Thầy tôi còn giao cho tôi nhiệm vụ chép lại các bản nhạc lên máy tính, và tôi được tiếp xúc với công nghệ từ đó. Riêng có phần sử dụng phần mềm hòa âm, sáng tác, tạo MIDI chơi mẫu như thầy thì tôi không đủ trình độ để học thời bấy giờ.

Tôi cũng chưa bao giờ nghĩ tới việc rằng mình học đàn và rồi được thầy giữ lại để làm trợ giảng cho thầy, tôi cũng không hề có một
ý niệm về việc mình sẽ học đàn giỏi, chỉ đơn giản là mẹ tôi cho tôi đi học đàn, và tôi thích bộ môn này nên tôi có thể tập và chơi đàn được nhanh.

Để có thể làm những điều gì lớn lao hơn, tôi thấy mình cần sẵn lòng làm những điều đơn giản và nhỏ bé. Từ những việc nhỏ mà ta làm từ thuở còn đi học, cũng cho ta ít nhiều kinh nghiệm và kĩ năng mà rất có thể, sau này lớn lên, một ngày nào đó ta lại cần đến nó. Việc tôi làm trợ giảng và giúp thầy viết bản nhạc, đơn giản vì tôi thích được gắn bó với thầy và với đàn, như một cách để tri ân thầy tôi vì những năm qua đã dạy cho tôi.

Tiếp nối lớp học đàn của thầy

Thầy tôi qua đời đúng vào lúc sự nghiệp của thầy đang ổn định và thịnh vượng.

Sự ra đi của thầy là một mất mát lớn về tinh thần và cả tài chính đối với gia đình. Thầy có ba đứa con vẫn còn thơ dại, đang tuổi đi học. Cô Loan, vợ thầy trước giờ ở nhà làm nội trợ lo việc bếp núc chăm sóc con cái, nhà cửa. Mất đi người đàn ông làm trụ cột, gia đình cô đã rất sốc.

Nhiều trẻ em đang là học trò của thầy giờ đây cũng bị gián đoạn việc học đàn, phụ huynh muốn các em có thể tiếp tục đi học nên đề nghị với cô Loan tiếp tục duy trì lớp học đàn. Cũng từ đó, tôi là người đứng lớp. Đây cũng là công việc đầu tiên mà tôi kiếm ra tiền khi còn học lớp 11, và tôi rất nghiêm túc với việc dạy học.

Ngày đó, lớp học đàn của tôi có bảy em học trò từ bốn tuổi đến tám tuổi, trong đó có cả con gái của thầy. Tôi rất thân và hay chơi đùa, trò chuyện cùng các em nên tụi nhỏ không bao giờ thấy sợ tôi cả. Có đôi lần tôi nóng nảy khi chỉ hoài mà các em đàn không được, nhưng giờ ra chơi tụi nhỏ vẫn cười hè hè và không giận dỗi gì. Lúc đó tôi mới hiểu tại sao thầy tôi ngày trước hay nóng tính, nhéo tai, gõ đầu khi chúng tôi đàn sai, chỉ hoài không được.

Mỗi học trò nhí của tôi đều để lại trong tôi những ấn tượng khó quên, mỗi đứa một tính cách, một kiểu tập bài khác nhau. Trong số ấy, có ba em học trò mà tôi nhớ mãi.

Bé Như nhỏ nhất lớp và nhút nhát, mẹ bé rất thương và muốn con biết chơi đàn nên ép bé đi học. Có điều, cô ấy hay dùng chiêu "dìm hàng" bé để bé xấu hổ mà nỗ lực hơn. Ngược lại, tôi thường xuyên khen ngợi bé ngoan, học tốt. Mặc dù bé tiếp thu có hơi chậm nhưng không vì thế mà tôi quá khắt khe với bé. Dần dần bé tự tin hơn, nói chuyện nhiều hơn và thích đi học đàn vì có các bạn và có tôi chơi cùng.

Theo như kinh nghiệm của tôi, đối với những bé nhút nhát, không có hứng thú, không bộc lộ năng khiếu âm nhạc rõ ràng, thì không nên tạo quá nhiều áp lực mà cần khuyến khích và động viên. Bé chơi được ít hay nhiều đều được, điều quan trọng là giúp bé gây dựng lòng tự tin và hứng thú với âm nhạc. Sự hứng thú của bé có thể dựa rất nhiều vào không khí lớp học, với các bạn và với cô giáo.

Cu Bo là học trò nam duy nhất trong lớp. Em bị ảnh hưởng bởi danh hài Mr. Bean nên mọi hành động của em đều khá lập dị và kì cục, dường như đều bắt chước Mr. Bean. Mỗi lần Bo liếc xéo hay làm điệu bộ của Mr. Bean là cả lớp phá lên cười. Bo cũng hiếm khi giao tiếp với các bạn và khá là khó gần. Phải sau sáu tháng sau, khi đã gắn bó hơn thì Bo mới bắt đầu tự nhiên và hòa đồng với các bạn. Bù lại, Bo là một đứa trẻ có năng khiếu cảm nhận âm thanh xuất sắc. Em có khả năng cảm âm và chơi ra nốt tất cả bài hát mà em thích, đúng nhịp, đúng nốt mà không cần nhìn bản nhạc. Em chỉ cần nghe tôi chơi qua, nhìn tay tôi và đàn lại y chang. Đây là biểu hiện của một người có năng khiếu và nhạy bén với âm nhạc, cũng có thể xem là một thần đồng.

Đối với những bé có năng khiếu âm nhạc bẩm sinh, tôi thấy cần đưa ra thách thức với bé để bé phát triển hơn với năng khiếu của mình, cho bé tập nhiều bài khó hơn và tập nhiều bài bé yêu thích. Bên cạnh đó cũng luôn khen ngợi và khuyến khích bé nhận thức về điểm mạnh và tài năng của mình.

Bé My con gái thầy tôi thì chín chắn hơn so với tuổi và khá nghiêm túc. Bé cũng rất có năng khiếu nhưng dễ nản và thường tập đàn không kĩ. Bé thích chơi phiêu thêm vài nốt, hay những lúc chơi sai bé phản xạ điều chỉnh lại liền. Đối với bé My, tôi cho phép bé có thể đàn sai một vài nốt, nếu bé tập qua loa, mau quên và tập không kĩ thì chỉ cần bé phản xạ ứng biến tốt, tôi không phàn nàn gì cả.

Bé My mang đặc điểm của người thích sáng tạo và không theo khuôn mẫu, có phần hơi nóng vội và không quá tỉ mỉ. Không nên cố gò ép để bé vào khuôn khổ mà để bé nhận thức và phát huy được điểm mạnh của mình là sự sáng tạo. Thường xuyên cho bé nghe nhạc, tiếp xúc với nhiều thể loại nhạc để kích thích sự sáng tạo và cho bé tập những bài bé yêu thích.

Tôi làm cô giáo dạy đàn được gần một năm, tới khi lên lớp 12, tôi tập trung vào ôn thi nên gác lại chuyện dạy đàn. Mỗi lần tới dịp Tết hay ngày Nhà giáo Việt Nam 20/11, tôi đều được các bé tặng thiệp, tặng quà chúc mừng. Tôi thực sự rất vui và yêu quý những học trò ngoan, dễ thương của mình.

Tôi luôn cất giữ quyển lưu bút mà các bé viết lời chia tay tôi vào Sài Gòn đi học. Tình cảm yêu thương mà những học trò nhí dành cho tôi khiến tôi không cảm thấy cô đơn nơi đất khách quê người.

Có một câu châm ngôn mà tôi rất thích: Giữ mối quan hệ không có nghĩa là bạn phải luôn giao tiếp với một người nào đó, cũng không phải bạn giữ mối quan hệ với ai vì bạn muốn sau này họ có thể giúp gì được cho mình. Giữ mối quan hệ cần xuất phát từ tình cảm yêu mến, trân trọng, không quên những kỉ niệm đẹp với họ, luôn xem họ là động lực trong cuộc sống này, và cũng không bao giờ thay đổi cảm xúc với họ cho dù bạn có là ai sau này đi nữa.

Tôi cho rằng mỗi chúng ta phải luôn trân trọng và giữ gìn mối quan hệ với những người mà chúng ta yêu mến. Họ là những người sẽ không bao giờ để chúng ta cô đơn trong cuộc sống này.

Dạy đệm đàn nhà thờ cho trẻ em trong giáo xứ

Khi tôi chỉ còn một năm nữa là bước vào ngưỡng cửa Đại học, chú Hùng – trưởng ca đoàn thiếu nhi ở nhà thờ gợi ý cho tôi về việc truyền đạt lại những kĩ năng đàn nhà thờ của mình cho các em nhỏ trong ca đoàn. Điều này thực sự rất cần thiết lúc bấy giờ, vì thời ấy, trong giáo xứ tôi không có nhiều người biết đánh đàn nhà thờ, và thế hệ của tôi gần như là đều đi học xa, không còn gắn bó với giáo xứ nữa.

Tôi đã bắt đầu dạy đàn nhà thờ sau khi biết mình đậu Đại học. Trong ba tháng ngắn ngủi đó, tôi truyền đạt lại cho các em nhỏ đã biết đàn organ trước đó những kĩ năng mà tôi dùng khi đệm hát nhà thờ.

Mặc dù đi học xa nhưng mỗi lần có dịp nghỉ để về quê, tôi đều dành thời gian để hướng dẫn thêm cho các em. Tôi rất thoải mái với việc chia sẻ những điều mình biết, và tôi chưa bao giờ có suy nghĩ mình sẽ "giấu nghề". Tôi vui mừng vô cùng khi học trò nhí của mình có thể học nhanh, đàn giỏi và tiếp tục công việc phục vụ trong giáo xứ.

Hướng dẫn piano trên Youtube

Tôi bắt đầu với kênh Youtube bằng những video chơi cover các bài hát mà tôi thích, nhạc nước ngoài và nhạc Việt Nam, mà chưa hề có ý tưởng rằng mình sẽ hướng dẫn chơi piano. Chính khán giả của tôi là người gửi những bình luận yêu cầu thực hiện hướng dẫn những bài hát mà tôi chơi. Bản thân tôi lúc ấy đang còn là sinh viên, có khá nhiều thời gian rảnh rỗi nên không có gì khó khăn trong việc thực hiện video hướng dẫn cả.

Thời đó không ai nghĩ sẽ làm video hướng dẫn trên kênh Youtube, vì nó miễn phí, nó mất thời gian, mất công sức mà bạn chẳng được lợi lộc gì cả. Nhưng đối với một người quan tâm tới nhu cầu của người khác như tôi thì tôi rất sẵn sàng để làm, tôi là người dễ mủi lòng cho nên không thể ngó lơ những lời yêu cầu giúp đỡ. Tôi không làm video hướng dẫn vì lượt xem, do đó cách tôi thực hiện video cũng vô cùng tỉ mỉ và hết lòng.

Tôi thực sự muốn những người xem video của mình có thể tiếp thu và làm được những gì tôi hướng dẫn, do đó tôi suy nghĩ rất nghiêm túc về việc mình sẽ dùng bố cục nào để mọi người dễ hiểu, tốc độ nói chậm hay nhanh và nên chú thích những gì. Chính thái độ làm việc vô tư hết lòng đó giúp cho tôi thành công với những video hướng dẫn của mình. Rất nhiều người nhắn tin, gửi email cảm ơn tôi vì họ tập được theo chỉ dẫn của tôi, tôi cảm thấy rất vui vì mình làm được điều gì đó có ích cho người khác.

Chính khán giả là những người cho tôi nhận ra được giá trị và điểm mạnh của mình từ những phản hồi quý báu của họ. Khán giả gọi tôi là "cô giáo", một danh hiệu mà tôi chưa bao giờ nghĩ tới. Thực sự tôi chưa bao giờ nghĩ rằng mình sẽ là một cô giáo dạy đàn, những năm tháng là sinh viên, tôi chỉ tưởng tượng mơ hồ rằng sau khi ra trường mình sẽ làm một công việc gì đó liên quan tới ngành học của mình. Cụm từ "cô giáo" mà mọi người gọi tôi lúc đó nằm ngoài sức tưởng tượng của tôi về bản thân.

Lúc đó, tôi nghĩ mình là người rất bình thường, chỉ đơn giản là chia sẻ lại những gì mà mình biết cho mọi người. Tôi cũng không phải người tốt nghiệp trường nhạc, không có tư cách hay bằng cấp gì để được gọi là "cô giáo" cả. Đó cũng là lý do mà tôi luôn từ chối những lời đề nghị dạy kèm đàn piano cho những khán giả liên hệ tôi lúc đó. Mục đích của tôi làm video hướng dẫn không phải vì tôi muốn quảng cáo mình dạy đàn hay để tìm học trò, tôi làm vì tôi muốn giúp mọi người, chỉ đơn giản là như vậy.

Dạy đàn piano cho người lớn

Sau ba năm gắn bó với kênh Youtube, tôi thường đăng tải video cover khi tôi có cảm hứng chơi đàn và làm những video hướng dẫn chơi các bài hát khi mình có thời gian rảnh. Trong suốt khoảng thời gian đó, cư dân mạng bắt đầu gọi tôi là ***"nàng piano"***, ***"cô giáo dạy piano online miễn phí"***, ***"cô gái sở hữu lượng clip piano nhiều nhất Việt Nam"***, tôi trở thành một "hiện tượng" xuất hiện trên báo Sinh Viên Việt Nam, phóng sự trên đài truyền hình VTV6, VTC10, Netviet Stories, HTV4, ViewTV và các trang báo mạng như Dân Trí, Zing News, Người Đưa Tin, Tiền Phong…

Tôi vô cùng bất ngờ về sự nổi tiếng của mình vào thời gian đó. Tôi chưa từng nghĩ rằng mình sẽ có ngày lên báo, lên ti vi như thế. Và nó đã thực sự xảy ra, thay đổi cuộc đời của một cô sinh viên năm thứ ba Đại học Ngoại Thương còn chưa biết định hướng nghề nghiệp tương lai của mình. Tôi bắt đầu tin vào bản thân và giá trị của mình, bắt đầu nhìn thấy sứ mệnh của mình trong cuộc sống, bắt đầu thử sức với việc tập trung là một cô giáo dạy piano thực thụ.

Thời đó tôi được biết tới nhiều nhất bởi video hướng dẫn chơi đệm hát piano của mình. Mọi người bảo tôi rằng: không ai ở thời điểm đó có cách giải thích và hướng dẫn đệm hát piano một cách đơn giản và dễ hiểu như tôi.

Khái niệm đệm hát piano vào thời gian đó rất khó để giải thích, vì đa phần là những người chơi piano lâu năm sẽ tự cảm nhận và kĩ năng đệm hát tự tuôn ra, không có bất kì một quy luật nào, cũng không có trường lớp nào dạy về phương pháp đệm hát piano. Những nghệ sỹ chơi piano lúc bấy giờ đều chỉ có cách hướng dẫn là chơi mẫu một bài đệm hát bằng phong cách chơi tự nhiên của họ, làm người mới bắt đầu rất khó ứng dụng vì những kiểu đệm đàn khá phức tạp.

Rất nhiều người đã biết chơi đàn cổ điển, organ hoặc từng học tại các trường cao đẳng sư phạm âm nhạc, nhưng không biết cách đệm hát piano hay biết cách giải thích và hướng dẫn một phương pháp cụ thể để đệm hát đã tìm đến tôi và muốn học cách của tôi.

Tôi tự nhận mình không phải là người chơi đệm đàn piano xuất sắc nhất thời đó, nhưng có lẽ nhờ vào cách truyền đạt của tôi khiến mọi người dễ hình dung và tiếp thu nên tôi nhận được khá nhiều lời đề nghị dạy đàn.

Mãi cho đến khi học năm cuối đại học, sau quá nhiều lời đề nghị dạy đàn piano, tôi mới bắt đầu suy nghĩ về việc cho mình cơ hội giúp đỡ mọi người trong việc chơi đàn. Tôi rất nghiêm túc trong những việc mình làm, đặc biệt là khi người khác muốn trả tiền cho tôi để làm điều gì đó. Tôi không nhận dạy đàn cho tới khi tôi phác thảo ra được một giáo án và nội dung mà tôi sẽ dạy cho người học.

Một ngày đẹp trời, tôi phác thảo ra giáo án đầu tiên của mình về phương pháp đệm hát piano trong bốn tuần, hướng tới những người đã biết chơi organ và piano cổ điển. Đối tượng học viên của tôi lúc ấy đa phần là người đã học đàn được hai năm trở lên nhưng chưa biết cách đệm đàn piano. Đa số học viên của tôi đều tiếp thu khá nhanh và vận dụng được ngay kiến thức mà tôi truyền đạt chỉ sau một thời gian ngắn ngủi, nhận thấy sự thành công đó, tôi bắt đầu tập trung và đúc kết kinh nghiệm để hoàn thiện cho giáo trình đệm hát piano đầu tiên của mình.

Sáng tạo ra phương pháp hướng dẫn piano của riêng mình

Sau gần một năm trực tiếp hướng dẫn cho mọi người về đệm hát piano, khởi đầu từ nội dung khóa học trong 4 tuần, tôi phát triển khóa học lên với nội dung 8 tuần, 10 tuần và cuối cùng, sau quá trình quan sát quá trình học của học viên, tôi nghiệm ra rằng: kiến thức đệm hát quá đa dạng, quá nhiều dòng nhạc và kĩ năng sẽ khiến người học khó nhớ và nhầm lẫn. Tôi cũng phát hiện ra là đối với người trưởng thành mà nói, nếu học liên tục quá lâu, họ sẽ bắt đầu chán nản, đa phần mọi người cảm thấy hào hứng nhất trong sáu tuần học đầu tiên, đó là khoảng thời gian họ chăm chỉ luyện tập, đến lớp đầy đủ vì có thể kiểm soát được lịch làm việc và có tinh thần học tốt nhất.

Tôi bắt đầu tách khoá học 10 tuần về đệm hát piano ra thành hai khóa học theo dòng nhạc: Đệm hát piano Pop-Ballad (sáu tuần) và Đệm hát piano nhạc Vàng – Trữ tình (sáu tuần).

Con số sáu tuần xuyên suốt những khóa học và giáo trình của tôi bắt đầu từ đó, sau chính những trải nghiệm, quan sát của tôi trong quá trình hướng dẫn những học viên là người trưởng thành.

Một đặc điểm mà tôi biết mình khác biệt so với những người dạy piano đương thời là tôi khá thoải mái và cởi mở. Tôi không gò ép người học của mình vào một khuôn khổ nào nhất định, cũng không bắt họ phải tập luyện ngón lại từ đầu, tôi thích đi thẳng vào vấn đề một cách nhanh chóng và xúc tích nhất có thể. Tôi quý trọng thời gian của mình và quý trọng thời gian của người khác, tôi luôn tìm cách để giúp học viên của mình nhanh đạt được kết quả và dễ dàng tiếp thu. Đó chính là kim chỉ nam để tôi thành công trong sự nghiệp hướng dẫn piano của mình.

Tiếp nối phương pháp đệm hát piano, tôi tiếp tục tìm ra phương pháp chơi piano solo mà tôi gọi là Piano Solo Method, đây là phương pháp mà tôi đã đăng ký bản quyền và mang lại kết quả bất ngờ cho người học. Hơn 80% học viên của tôi là những người đã từng học organ trước đó hoặc từng học piano cơ bản dưới hai tháng. Khi học chương trình này, họ có thể chơi được kết hợp hai tay một bài hát sau một buổi học, trong vòng một tuần luyện tập. Một điều khó tin, nhưng có thật. Không ai tin rằng mình có thể chơi piano trong vòng sáu tuần, nhưng những người đặt lòng tin nơi tôi thì đã làm được, thậm chí một số học viên xuất sắc của tôi có thể sau ba tháng không cần nhìn bản nhạc và bắt đầu chơi piano theo cảm âm.

Bắt tay vào sự nghiệp hướng dẫn piano cho người trưởng thành

Tôi ước gì ngày tôi còn bé, có người nào đó sáng tạo ra những phương pháp mà tôi đang hướng dẫn cho học viên của mình như hiện tại, thì có lẽ tôi không còn phải mất 12 năm học đàn và tự học mới có thể đạt tới trình độ ngày hôm nay, mà trong ba năm học tập trung như tôi hướng dẫn đã có thể là tôi của bây giờ. Tôi nhận ra giá trị lớn lao từ việc rút ngắn thời gian học và chơi đàn piano từ phương pháp của mình, hiệu quả mà nó đem lại cho người học đã gợi ý cho tôi ý tưởng phải phổ biến rộng rãi giáo trình của mình cho nhiều người trưởng thành bắt đầu học piano.

Lý do tôi hướng đến dạy piano cho người trưởng thành vì tôi hiểu tâm lý của họ, tôi hiểu họ muốn gì, họ thích gì và chương trình của tôi hoàn toàn phù hợp với những người đến với piano như một sự giải trí, yêu thích sự tự do, muốn học phương pháp để độc lập trong việc chơi đàn và rút ngắn thời gian của mình. Đây cũng chính là tính cách, mục đích của tôi trong chơi đàn, tôi chơi piano xuất phát từ nhu cầu giải tỏa cảm xúc, sự tự do và mong muốn mọi người cũng tìm thấy được sự bình yên và tự tại trong chính bản thân mình khi chơi đàn.

Tôi không xem piano là nơi để mình hơn thua kĩ thuật với ai cả, tôi tin rằng âm nhạc là nơi để tôi được là chính mình, được có những giây phút điên khùng, phiêu du với cảm xúc của mình. Đó cũng chính là phong cách của tôi khi chơi đàn, tôi không hề có sự tập dợt trước một bố cục cố định khi chơi bất kì bài hát nào, khi tôi có cảm hứng và tâm trạng, giai điệu của bài hát sẽ cuốn tôi đi một cách tự nhiên. Đối với tôi, trong lúc chơi đàn cũng chính là lúc tôi không ngừng nhắn nhủ với bản thân phải sáng tạo, và sống thực nhất với cảm xúc của mình.

Tôi thực sự không quan tâm người khác nghĩ gì về tôi khi chơi đàn, tôi có chơi sai chỗ nào chăng? Tay tôi chơi có đẹp và đúng kĩ thuật không?

Gương mặt của tôi lúc ấy như thế nào?... Hầu như tôi không hề cố gắng kiểm soát mình khi chơi đàn là phải như thế nào, tôi chỉ đơn giản thả mình buông theo dòng chảy của cảm xúc.

Tôi gọi đó là sự tự do, tự tại. Nó đem lại cho tôi niềm vui và sự thanh thản vô cùng sau mỗi lần tôi ngồi vào đàn. Đàn cho chính mình hay đàn cho bất cứ ai, tôi cũng chỉ nghĩ đơn giản về việc: đây chỉ là một thú vui, phải thật sự thoải mái khi mình chạm vào những phím đàn.

Đi tìm bản sắc

Để có thể thành công trên hành trình theo đuổi đam mê của mình, bước đầu tiên bạn cần biết chính là xác định bản sắc của mình là gì. Bản sắc, nói cách khác, là thế mạnh, điểm đặc trưng, tính cách mà bạn muốn người khác nhắc đến mình, hay cách bạn nhìn nhận về bản thân mình và muốn người khác cũng nhìn nhận tương tự về bạn. Hành trình đi tìm bản sắc có thể mất vài năm, và bạn cần luôn trong tâm thế tìm hiểu bản thân mình. Tôi luôn rất tò mò về bản thân mình, tôi luôn rất hứng thú lắng nghe những nhận xét của những người đã từng tiếp xúc, làm việc với tôi về tính cách và cảm giác mà tôi mang lại cho họ.

Tôi còn rất thích gửi cuốn lưu bút của mình cho bạn bè để họ viết cho tôi vào mỗi năm cuối cấp.

Mỗi lần đọc những dòng bạn bè viết về tôi, tôi cảm thấy mình phần nào hiểu về bản sắc của mình và dấu ấn của mình trong lòng họ.

Tôi chưa bao giờ có suy nghĩ về việc đi tìm bản sắc trước đây cho tới khi bước chân vào Đại học Ngoại thương - một môi trường được tạo nên bởi những cá nhân vô cùng năng động, những sinh viên xuất sắc, sáng tạo và vô cùng cạnh tranh. Môi trường đó thôi thúc tôi không ngừng khám phá và tìm ra điểm đặc sắc của mình, thôi thúc tôi phải làm điều gì đó có ích để có thể được biết đến và có tiếng nói riêng của mình.

Tôi bắt đầu với việc tham gia mọi hoạt động văn nghệ, cuộc thi về văn nghệ, tổ chức văn nghệ trong lớp - đó là những việc tôi cảm thấy tự tin nhất thời học sinh, sinh viên. Đó là cách tôi tạo nên dấu ấn và tiếng nói đầu tiên của mình trong môi trường sinh viên ở năm học đầu tiên.

Năm hai đại học, tôi muốn mở rộng môi trường ảnh hưởng của mình nên đã khởi xướng chương trình tình nguyện "Tiếp sức mùa thi Cam Ranh". Đây cũng là nơi tôi quy tụ những thành viên đầu tiên là sinh viên cùng trang lứa đến từ Cam Ranh. Ngày ấy phong trào "Tiếp sức mùa thi" diễn ra rất sôi động, đặc biệt là ở các thành phố lớn như TP.HCM, còn chương trình dành riêng cho sinh viên Cam Ranh thì chưa có. Tôi đã phát động chương trình đầu tiên cho sinh viên, người đi làm đồng hương đang sống và làm việc tại TP.HCM tham gia giúp đỡ các em học sinh đến từ Cam Ranh về định hướng chọn trường, chỗ ở và đi lại trong kì thi Đại học, Cao đẳng. Từ 30 thành viên ban đầu, sau ba năm liên tiếp phát động, chúng tôi đã có hơn 300 thành viên và giúp đỡ hàng trăm học sinh. Điều đáng nhớ nhất đối với tôi đó là những kỉ niệm trong quá trình chuẩn bị, từ việc tuyển tình nguyện viên, cho tới phát động, truyền thông cho phong trào, xin tài trợ, những buổi họp mặt giao lưu lên kế hoạch, chạy chương trình. Đây là một thành tựu đầu đời và cũng là điều mang lại hạnh phúc cho tôi khi kết nối, chung tay cùng mọi người để làm điều gì đó ý nghĩa cho quê hương mình.

Cũng trong năm thứ hai đại học, tôi bắt đầu tham gia đệm đàn piano trong ban nhạc và biểu diễn piano ở các sự kiện, các quán café, song song với đó là hoạt động quay video và đăng tải chúng trên kênh Youtube của mình. Tất cả những điều ấy đều xuất phát từ việc tôi thích việc mình làm, và chuyện tiền nong, được mất chỉ là thứ yếu.

Giờ đây khi nhìn lại, tôi mới cảm nhận rằng, khi ta đang trong một giai đoạn ổn định của cuộc sống, không phải lo lắng về tiền bạc vì còn được ba mẹ chu cấp, thì đó là một giai đoạn mà bạn nên trân trọng và hãy bắt tay vào khám phá những điều mình thích làm. Hãy trải nghiệm tất cả những điều mình yêu thích và đừng quá quan trọng tới được mất về vật chất.

Khi bạn còn trẻ, khi bạn không có quá nhiều thứ trong tay, bạn sẽ thường không sợ mất, và cái mất của bạn không nhiều bằng một người đã có một tổ ấm, một cơ ngơi. Tuổi trẻ là thời gian và cơ hội để bạn gây dựng sự nghiệp, củng cố bản thân. Bạn có rất nhiều cơ hội để thử, để sai, để học bài học. Do đó, tuổi trẻ hãy hành động, đừng chần chừ, dám nghĩ và dám làm. Đây là cách mà bạn có thể tạo nên một thành tựu gì đó, có tiếng nói trong một lĩnh vực nào đó.

Còn nếu bạn không còn trẻ, thì có thể gây dựng được không? Tôi tin rằng ta có thể khởi đầu ở bất cứ độ tuổi nào, mỗi độ tuổi mang lại cho ta một động lực riêng biệt về lý do mà mình phải bắt đầu.

Tuổi trẻ bắt đầu vì ham trải nghiệm, lớn hơn một chút thì là vì chăm lo cho cuộc sống gia đình, lớn hơn chút nữa thì là vì xây dựng một cơ đồ cho thế hệ mai sau.

Mỗi giai đoạn trong cuộc sống, chúng ta đều sẽ có những lý do và động lực riêng để thúc đẩy mình làm điều gì đó. Do đó, không bao giờ là quá muộn, và bạn luôn có khả năng để bắt đầu, từ ngày hôm nay trở đi.

Xây dựng thương hiệu cá nhân

Như trên đã nói, tôi chưa bao giờ có suy nghĩ về việc đi tìm bản sắc, thương hiệu cá nhân cho tới khi bước chân vào Đại học Ngoại thương - một môi trường được tạo nên bởi những cá nhân vô cùng năng động, những sinh viên xuất sắc, sáng tạo và vô cùng cạnh tranh.

Môi trường đó thôi thúc tôi tìm kiếm tiếng nói và bản sắc của riêng mình. Tôi không phải là sinh viên xuất sắc nhất trong lĩnh vực học thuật, tuy nhiên tôi biết điểm mạnh của mình là sự năng động, sáng tạo, yêu thích nghệ thuật và xông xáo trong các hoạt động văn nghệ, âm nhạc. Tôi thích hát, chơi piano và thích đứng trên sân khấu, xuất hiện trước nhiều người, tôi cảm thấy thoải mái khi nói chuyện trước đám đông và có khả năng tập hợp mọi người để làm điều gì đó. Tất cả những điều đó, tạo nên bản sắc và thương hiệu của tôi, tôi bắt đầu tập trung vào những tố chất ấy của mình, phát huy chúng và biến chúng thành điều mà người khác nhắc đến tôi.

Việc xây dựng thương hiệu cá nhân không to tát như bạn nghĩ, nó cũng không dành cho người đã được biết tới, mà nó đã sẵn có trong bạn, từ tính cách, tố chất, điểm mạnh của bạn. Bạn chỉ cần quan sát, chiêm nghiệm bản thân nhiều hơn, hay hỏi cảm nhận của người khác về bạn để làm sáng tỏ ra những điều đó.

Sau khi đã xác định được thương hiệu cá nhân mà bạn muốn người khác khi nhắc đến bạn là gì, hãy bắt đầu trau dồi, tìm kiếm những hoạt động gắn liền với những điều đó.

Là người sôi nổi, thích văn nghệ, nên tôi luôn tìm kiếm nhiều cơ hội xuất hiện trên sân khấu, trước lớp, tham gia những cuộc thi liên quan tới văn nghệ, và đòi hỏi sự xuất hiện trước sân khấu. Tôi tham gia các cuộc thi văn nghệ trong lớp, trong trường, tôi tham gia "Gương mặt sinh viên Facelook" trên báo Sinh Viên Việt Nam, tôi tham gia cuộc thi "Tài Năng Sinh Viên" trên kênh VTV3, và quyết tâm khẳng định mình bằng việc chiến thắng ở những vòng chung cuộc.

Bạn cũng có thể làm điều tương tự, tìm kiếm những môi trường để bạn có thể xuất hiện và khẳng định bản thân. Bằng cách đó, thương hiệu cá nhân của bạn sẽ dần được gây dựng.

Tạo cộng đồng

Nếu bạn muốn học hỏi và trở nên tiến bộ trong lĩnh vực mà mình đam mê, thì ngoài việc tự học hỏi qua sách vở, qua người hướng dẫn, cố vấn, thì việc tham gia một môi trường, một cộng đồng, hoặc một nhóm những người có cùng niềm sở thích, đam mê với mình là một trong những cách học hỏi vô cùng tuyệt vời.

Sở dĩ ngày đó tôi có ý tưởng tập hợp nhóm "Tín đồ piano" - cộng đồng những người chơi piano nghiệp dư, có chung sở thích chơi piano là vì tôi nghĩ rằng đây sẽ là nơi mà mình có thể vừa kết bạn, gặp gỡ nhiều người cùng chung sở thích, và vừa có thể học hỏi từ họ.

Vào thời gian ấy, chưa có nhóm piano nghiệp dư nào hoạt động ở thành phố Hồ

Chí Minh, và để tập hợp những người như thế, tôi đã kêu gọi trên kênh Youtube và trang facebook cá nhân của mình - vì tôi biết là những người từng theo dõi và xem những video của tôi trên Youtube, cũng là những người có điểm tương đồng với tôi.

Trong quá trình lập kênh Youtube, xem những video chơi piano của những người khác thì tôi cũng đã kết nối được với một số người chơi piano nghiệp dư, có những cuộc chuyện trò trên facebook, trên forum vietkeyboard, và tôi quyết định tổ chức một buổi offline để có thể gặp mặt mọi người ngoài đời.

Chúng tôi, từ những người chưa bao giờ gặp gỡ nhau ngoài đời, đã đến với nhau trong một không gian ấm cúng tại một quán café có đàn piano ở quận Bình Thạnh. Buổi offline đầu tiên của chúng tôi có tầm 20 người, đa số là học sinh, sinh viên đến từ nhiều vùng khác nhau đang học tập và sinh sống tại thành phố Hồ Chí Minh. Chúng tôi đàn hát, chơi piano, giới thiệu về bản thân và kết bạn với nhau trong không khí vô cùng thân mật và vui vẻ.

Cứ như vậy, vài tháng một lần tôi lại tiếp tục tìm kiếm những địa điểm có đàn piano và tập hợp mọi người, dần dần từ 20 người tham gia offline, đã có tới trên 100 người tham gia, và tôi đi tận ra Hà Nội - nơi tôi chưa bao giờ đặt chân tới, không hề quen biết ai, để tổ chức những buổi offline piano như vậy.

Điều khiến cho những buổi offline piano mà tôi tổ chức thành công, là nhờ vào sự hồn nhiên, vô tư và những nhiệt huyết, đam mê của tuổi trẻ. Bản thân tôi là sinh viên xa nhà, nên tôi luôn mong muốn tìm kiếm một môi trường để mình gắn bó. Có những người bạn mới cùng chung sở thích là một niềm vui để tôi có cảm giác được thuộc về Sài Gòn.

Vào thời điểm ấy, khi nói đến chơi piano, mọi người vẫn chỉ nghĩ tới những màn trình diễn chuyên nghiệp của những nghệ sỹ chơi piano học từ trường lớp bài bản, chưa có một sân chơi nào cho những người chơi piano nghiệp dư, và trong thâm tâm, những người tự học piano như tôi, hay chơi piano mang tính chất giải trí, thì không đặt nặng về hình thức, hay kĩ thuật.

Chúng tôi chơi đàn vì nó là sở thích, chứ ít khi vì sự hơn thua hay đánh giá lẫn nhau. Chính vì lý do đó, đây là một môi trường mà tôi muốn xây dựng -

nơi mọi người chơi piano nghiệp dư vẫn có thể khẳng định bản thân mình thông qua âm nhạc, tìm thấy những tâm hồn đồng điệu và dùng âm nhạc để học hỏi và xích lại gần nhau hơn.

Khi làm bất cứ điều gì, tôi luôn nghĩ về lý do tại sao mình muốn làm điều này, nó có thực sự mang ý nghĩa gì cho tôi và cho mọi người hay không, và chính suy nghĩ đó giúp tôi tiếp tục hành trình của mình, làm những điều mình yêu thích chỉ đơn giản là mình yêu thích và muốn hiện thực nó.

Tôi không suy nghĩ nhiều về những rủi ro có thể xảy ra, hay những định kiến, bàn luận của những người xung quanh. Tôi tin rằng, nếu tự bản thân mình đã có một nhu cầu nào đó, thì mình sẽ tìm được những người có cùng chung tiếng nói ấy. Việc của tôi là tiên phong làm những điều mà tôi tin tưởng, để người khác cũng tin tưởng và thực hiện những điều mà họ mong muốn.

Sáng tạo ra phương pháp của riêng mình

Trước đây, tôi chưa bao giờ nghĩ tới việc mình sẽ trở thành cô giáo dạy piano và nó chưa bao giờ là ước mơ hay mục tiêu của tôi. Từ lúc 15 tuổi, tôi đã bắt đầu là phụ tá cho thầy dạy organ của tôi hướng dẫn cho các em nhỏ trong lớp. Sau khi thầy mất, năm tôi 17 tuổi, vợ của thầy đã ngỏ ý với tôi là mở một lớp dạy đàn organ, dạy chơi đệm đàn nhà thờ cho các em nhỏ. Đó là lần đầu tiên tôi biết mình có thể kiếm tiền nhờ việc dạy đàn.

Năm 17 tuổi, tôi cũng đi học guitar và thầy dạy guitar ngỏ ý với tôi tham gia ban nhạc để chơi đàn trong đám cưới, đó là công việc thứ hai mà tôi làm để kiếm tiền thời gian ấy.

Tôi chưa bao giờ chủ động tìm kiếm công việc mà thường là có việc cần đến tôi, và tôi làm việc mà người khác đang cần mình. Ngay cả việc trở thành cô giáo dạy piano sau này, cũng là vì nhu cầu từ người theo dõi những video tôi chơi piano và hướng dẫn chơi piano. Tôi đã nhận được rất nhiều lời đề nghị dạy đàn piano vào những năm còn là sinh viên, nhưng tôi đều từ chối vì nghĩ rằng mình chưa đủ tư cách và trình độ để có thể dạy cho ai. Bản thân tôi luôn nghĩ rằng mình chưa đủ, và đôi khi tôi ngờ vực về khả năng của mình.

Tôi đã từng là một cô gái tự ti về bản thân như thế, tôi không đánh giá cao vào kĩ năng của bản thân, nhưng tôi rất tự tin nếu như tôi đã nhận lời làm việc gì đó thì tôi sẽ cố gắng hết sức có thể để mang lại kết quả mĩ mãn nhất. Đó có lẽ cũng là phương châm làm việc của tôi.

Sau một thời gian liên tục nhận được những lời đề nghị dạy đàn, thì tôi cũng bắt đầu hình thành nên những ý tưởng về giáo trình dạy piano của riêng mình, dựa vào kinh nghiệm và đúc kết của bản thân.

Vào kì nghỉ Tết năm 2013, tôi bắt đầu thiết kế một lộ trình học piano đệm hát trong vòng bốn tuần. Tôi cố gắng chiêm nghiệm lại những gì mình đã từng làm hiệu quả, những kĩ năng nào thực tiễn và cần thiết nhất để giúp một người có thể học piano đệm hát nhanh chóng nhất. Từ đó, phương pháp đệm hát piano đầu tiên của tôi ra đời.

Tôi bắt đầu dạy piano đệm hát cho từng nhóm học viên 3 - 4 người tại phòng trọ của mình. Những người học lúc ấy có xuất phát điểm đã biết một chút về chơi piano cổ điển, hoặc chơi organ, guitar và muốn học sang đệm hát piano. Trong vòng bốn tuần, mỗi tuần hai buổi, tôi đã truyền tải tất cả những kĩ năng thiết yếu nhất để những học viên của mình có thể bắt đầu chơi piano đệm hát.

Nhờ sự thành công từ lộ trình học piano đệm hát mà tôi thiết kế cho những học viên của mình, tôi bắt đầu nhận được thêm những yêu cầu từ mọi người ở xa muốn tôi thiết kế DVD bài giảng để họ có thể học theo phương pháp của tôi.

Cứ như vậy, trong những năm sinh viên, ngoài việc chơi piano trên kênh Youtube của mình, thực hiện các video hướng dẫn chơi piano, chơi piano trong ban nhạc, dạy piano trực tiếp cho những học viên trong và ngoài nước, tôi đã dần phát triển những kĩ năng truyền đạt cho người khác, kĩ năng chơi piano. Chính nhờ sự tiếp xúc, lắng nghe những khó khăn, nhu cầu của học viên, mà tôi càng ngày càng am hiểu về thị trường của mình, và càng ngày càng tự tin hơn vào khả năng của mình.

Tôi vô cùng biết ơn những học viên của mình, bởi họ chính là những người dẫn dắt tôi tìm ra hướng đi, tìm ra những phương pháp để có thể giúp họ thực hiện mục tiêu chơi đàn piano. Nếu không có những ý tưởng từ học viên, những lời phản hồi, động viên và khích lệ từ họ, có lẽ tôi đã không thể đi xa tới mức này.

Vào năm 2015, trong quá trình dạy piano qua Skype cho một người bác lớn tuổi đang sinh sống ở Pháp, tôi đã nảy ra ý tưởng mới cho việc hướng dẫn chơi piano solo cho người trưởng thành. Khi ý tưởng lóe lên trong đầu tôi, tôi đã áp dụng và hướng dẫn cho bác cách kết hợp chơi piano hai tay một cách đơn giản hơn mà không phải đọc bản nhạc có quá nhiều nốt nhạc. Một năm sau đó, tôi đã đúc kết lại phương pháp này một cách hệ thống và logic nhất, và gọi tên nó là Piano Solo Method - một phương pháp mà bản thân tôi cũng chưa bao giờ được học trước đây, nhưng sau kinh nghiệm tự học và chơi piano của mình qua nhiều năm, tôi đã phát triển nó để phù hợp với những người học chơi piano giải trí khi đã trưởng thành.

Từ khi thiết kế xong một lộ trình học piano solo mới cho người trưởng thành trong vòng 8 tuần, tôi đã bắt đầu dạy phương pháp này cho hàng trăm học viên trực tiếp. Kết quả mà phương pháp này mang lại quá bất ngờ đối với tôi và đối với học viên, khiến tôi quyết định phát hành khóa học dưới hình thức DVD và học trực tuyến trên website, để những người ở xa vẫn có thể học và đạt được kết quả một cách nhanh chóng.

Nói rằng ai đó có thể thể học chơi piano trong vòng sáu tuần, có lẽ thật khó tin đối với nhiều người. Việc học piano online không có giáo viên kèm cặp, có lẽ cũng khó tin không kém, nhưng tôi đã hiện thực hóa tất cả những điều mà mình tin tưởng.

Khi bạn có những ý tưởng mới, những phương pháp mới, có lẽ rất ít người sẽ tin bạn. Bạn phải thực sự tin tưởng vào những gì mình đang làm, và kiên trì thực hiện những điều đó. Từ những trải nghiệm, kinh nghiệm của mình, tôi biết được điều gì hiệu quả, điều gì không hiệu quả.

Thông qua những quan sát, lắng nghe của mình đối với học viên, tôi biết điều gì họ cần, và điều gì mang lại kết quả tốt nhất cho họ. Đó là lý do tại sao tôi tiếp tục làm những gì mình đã bắt đầu, cho dù thời gian ba năm về trước, rất ít người tin vào những phương pháp của tôi, cho đến khi họ đã học và đạt được kết quả.

Nếu bạn đã tin tưởng vào điều gì đó, hãy biến nó thành sự thật. Điều quan trọng nhất trên con đường khởi nghiệp từ đam mê của chúng ta là không bao giờ bỏ cuộc. Bạn có thể dừng chân nghỉ ngơi, tìm những khoảng lặng trên hành trình của mình, nhưng hãy nhớ rằng: *luôn tiến về phía trước và không bỏ cuộc cho tới khi hoàn thành sứ mệnh của mình.*

Biến đam mê thành sự nghiệp

Những gì tôi đã và đang làm đều có một điểm chung là nó xuất phát từ sự yêu thích, sự nhiệt huyết, toàn tâm toàn ý với những gì mà mình tin tưởng. Để gây dựng sự nghiệp, nếu tôi chỉ có mục tiêu là kiếm tiền, thì có lẽ tôi không thể đi xa tới mức này, và cũng không thể có những sáng kiến, hay tạo ra những sản phẩm có giá trị.

Đối với tôi, để xây dựng sự nghiệp thành công là khi tôi tập trung vào việc tạo ra giá trị. Tạo ra những gì mà mọi người cần có lẽ là ưu tiên hàng đầu của tôi trong công việc. Tôi đã không chọn nghề nhưng nghề chọn tôi vì lẽ tôi nghĩ rằng: nếu như mình có khả năng và có thể giúp người khác trong quá trình chơi piano của họ, thì tôi phải tiếp tục hành trình này. Cho dù ban đầu, tôi cũng nghi ngờ vào khả năng của bản thân, tôi cũng e dè không biết có nên chọn con đường này hay không, và có cả những lúc nản lòng; nhưng tất cả qua đi khi tôi nhìn thấy kết quả và sự thay đổi của học viên sau khi được mình giúp đỡ.

Tôi nghĩ rằng, trong bất kì sự nghiệp nào, chúng ta đều có một nhu cầu được ghi nhận. Chính sự ghi nhận và khuyến khích từ mọi người sẽ giúp mình tiến bước vững vàng với những gì mình đã chọn. Hiểu rằng sự khuyến khích và ghi nhận rất quan trọng, nên tôi thường tập trung vào điểm mạnh và quá trình tiến bộ của học viên. Tôi nhận ra, khi ta bao dung với sai sót của người khác thì cũng sẽ bao dung với sai sót của chính mình, vì cơ hội phát triển và tiến bộ luôn sẵn có cho mỗi người.

Trong một số giai đoạn xây dựng sự nghiệp, tôi thậm chí không biết mình đam mê làm điều gì, không xác định được mình muốn gì. Nhưng rồi tôi bắt đầu chú ý để tâm tới từng việc nhỏ nhất mà mình đang làm và say mê với từng điều nhỏ nhặt ấy. Tìm ra đam mê của mình đơn giản là làm hết sức mình những việc dù nhỏ, hoàn thiện từng việc nhỏ hết mức mình có thể. Rồi từng việc nhỏ ấy sẽ đưa chúng ta tới những việc lớn hơn, chính sự tận tụy và hài lòng trong từng việc nhỏ mang lại niềm vui cho bạn, chứ không phải là điều gì quá to tát.

Tôi cũng tin tưởng vào thời cơ. Có những khoảng thời gian cho dù tôi cố gắng nặn óc suy nghĩ nhưng không tìm ra câu trả lời. Lại có những khoảng thời gian trong đầu tôi tràn ngập ý tưởng, năng lượng cùng sự hăng say dồi dào. Ban đầu tôi nghĩ mình phải chăng có vấn đề, nhưng dần dà tôi bắt đầu hiểu rằng sẽ có những phút giây xuất thần nếu như ta chịu cho tâm trí của mình tĩnh lặng và nghỉ ngơi.

Tôi đã không chọn chỉ là một cô giáo dạy piano mà quyết định thành lập công ty riêng với tên gọi Bội Ngọc Piano vào năm 2015, khi tôi cho mình một tư cách pháp nhân, tôi cảm thấy mình mang nhiều trách nhiệm hơn để thực hiện những gì mình đang làm. Tôi cũng chưa từng có suy nghĩ trước đây là mình sẽ mở công ty, tự kinh doanh, tất cả mọi thứ đến với tôi rất tự nhiên và đúng thời điểm. Tôi nghĩ mình cần làm như thế. Tôi tin rằng ta cần dành thời gian lắng nghe bản thân nhiều hơn, chứ không phải là xem mọi người xung quanh mình đang làm gì. Những thứ bên ngoài, những gì người khác nói sẽ đẩy bạn đi về nhiều hướng khác nhau.

Chỉ có lắng nghe và tin tưởng vào quyết định của bản thân mình thì bạn mới có được lập trường, hướng đi vững vàng và rõ ràng cho tương lai của mình.

Việc thành lập công ty thực ra khá dễ dàng và không tốn kém như bạn nghĩ. Các dịch vụ thành lập công ty chỉ mất từ 2 triệu đến 4 triệu đồng. Nếu bạn chưa có mặt bằng thì có thể thuê văn phòng ảo từ 500.000VND - 1.000.000VND/ tháng. Với dịch vụ khai báo thuế, các công ty cho thuê văn phòng ảo đều sẽ hỗ trợ, với chi phí tầm 700.000VND/tháng. Thuế môn bài hằng năm tầm 1.000.000 - 2.000.0000VND. Về việc khai báo thuế, trong hai năm đầu thành lập công ty, bạn không phải lo lắng nhiều về khai báo thuế vì có thể bạn chưa có nhiều thu nhập từ sản phẩm, dịch vụ của mình.

Những điều chuẩn bị khi bắt đầu khởi nghiệp

Tư duy

Người ta bảo nhau "Thương trường là chiến trường" nhưng tôi không nhìn nhận thương trường ở khía cạnh đó. Thương trường không phải là chiến trường, không cần những mánh khóe chiêu thức để cạnh tranh chém giết lẫn nhau. Nó đơn giản là nơi trao và nhận giá trị giữa người mua và người bán, mà người nào trao được giá trị nhiều nhất cho đúng đối tượng mà mình hướng tới sẽ trụ vững. Thương trường cũng không phải là nơi để bạn tìm cách giẫm đạp lên người khác mà kiếm tiền, nó là nơi mà bạn có thể hợp tác cùng người khác để trao thêm nhiều giá trị hơn cho khách hàng.

Nếu việc khởi nghiệp chỉ có mỗi mục đích là kiếm tiền thì có rất nhiều lĩnh vực để bạn có thể kiếm tiền. Khởi nghiệp từ đam mê thì lại khác, vì nó xuất phát từ cả niềm yêu thích, điểm mạnh, sự cống hiến và ý nghĩa mà bạn muốn mang đến cho mọi người. Tôi nghĩ rằng bất cứ ai sau khi đã kiếm được rất nhiều tiền, tới nỗi tiền bạc không còn quan trọng, thì tiếp theo họ sẽ muốn tìm lĩnh vực mà họ đam mê, tìm điều gì đó có ý nghĩa để theo đuổi. Do đó, nếu như khởi nghiệp từ những gì mà mình yêu thích, thì bạn không phải lo lắng đến một ngày nào đó mình sẽ chán ghét công việc hiện tại mà nhảy sang lĩnh vực khác. Tôi tin rằng, nếu bạn làm điều gì đó mình yêu thích và có ý nghĩa với chính bản thân mình, thì mới có thể đi đường dài với nó và khiến nó trở thành một thành tựu đáng để tự hào.

Tư duy tiếp theo khi khởi nghiệp là nghĩ về bức tranh tổng thể và mở rộng tầm nhìn không chỉ trong ngắn hạn mà còn trong dài hạn, không chỉ trong nước mà còn là quốc tế. Một trong những lời khuyên mà tôi rất tâm đắc nhận được từ chị

Nguyễn Thùy Liên, một cựu sinh viên Đại học Ngoại thương khi bắt đầu khởi nghiệp đó là: "Đừng chỉ nghĩ tới cạnh tranh trong nước mà hãy tạo ra sản phẩm mang tầm vóc quốc tế để có thể cạnh tranh với cả nước ngoài". Cho dù sản phẩm của bạn trong tương lai có đưa ra quốc tế hay không thì nhờ vào tầm nhìn rộng như thế, bạn sẽ càng đặt nhiều trách nhiệm, tâm huyết và học hỏi để trở nên chuyên nghiệp trong những gì mình làm.

Sản phẩm, dịch vụ

Có ba cách để tạo ra và phát triển sản phẩm, dịch vụ:

Một là *từ nhu cầu muốn có thêm* của một nhóm đối tượng ào đó mà bạn đã tiếp xúc trên một địa bàn nào đó, nhu cầu nhiều nhưng chưa có nhiều nguồn cung cấp.

Hai là *từ nỗi đau, vấn đề* của một nhóm đối tượng nào đó mà bạn đã tiếp xúc mà trên thị trường vẫn chưa có giải pháp, hoặc chưa có nhiều người cung cấp giải pháp cho họ.

Ba là *phát triển sản phẩm mới* từ chính thị trường khách hàng cũ của mình, lắng nghe khách hàng cũ của bạn cho bạn biết rằng họ đang mong chờ và mong muốn có thêm sản phẩm, dịch vụ gì từ bạn.

Sản phẩm, dịch vụ chỉ có giá trị khi: nó giải quyết được vấn đề, một nỗi đau nào đó của khách hàng, hay giúp khách hàng đạt được kết quả nào đó mà họ mong muốn. Có một sản phẩm, dịch vụ liên quan tới nỗi đau, vấn đề thì càng dễ dàng được đón nhận, cũng như tâm lý con người khi có bệnh tật thì chỉ nghĩ tới việc trị bệnh trước rồi sau đó mới nghĩ đến chuyện phòng bệnh, chăm sóc sức khỏe.

Bạn có thể là người trực tiếp đưa ra giải pháp, hoặc bạn cũng có thể là người trung gian tìm kiếm người đưa ra giải pháp. Bạn có thể là người trực tiếp tạo ra sản phẩm, hoặc bạn cũng có thể là người trung gian tìm kiếm người làm ra sản phẩm hay cung cấp sản phẩm cho khách hàng.

Về khách hàng

Ngày nay có rất nhiều nền tảng và môi trường khác nhau để bạn thu hút khách hàng của mình. Những câu hỏi đầu tiên bạn nên đặt ra đó là về đối tượng mà mình muốn phục vụ là ai. Càng rõ ràng về đối tượng của mình bao nhiêu, bạn càng dễ dàng biết cách thu hút họ và biết tìm đến đúng nơi để gặp gỡ họ.

- Ai là khách hàng tiềm năng của tôi?

Đối tượng mà tôi muốn phục vụ là người như thế nào?

- Họ có vấn đề gì, họ mong muốn điều gì, giá trị mà họ hướng tới là gì?
- Họ sẽ xuất hiện ở đâu, điều gì thu hút và giữ chân họ?

Bạn có thể có nhiều nhóm đối tượng khách hàng khác nhau, tuy nhiên ban đầu nên tập trung chỉ vào một nhóm chủ đạo nhất và cung cấp giá trị tốt nhất cho nhóm khách hàng đó. Để hiểu về khách hàng của mình, bạn cũng cần thực hiện những buổi nói chuyện, những câu hỏi khảo sát và quan sát họ như những nhà nghiên cứu thị trường.

Bạn có thể chia nhóm khách hàng tiềm năng, thử nghiệm chào hàng, quảng bá trên từng nhóm khách hàng để tìm ra đối tượng chính mà mình cần tập trung là đâu. Chỉ khi nào bạn rõ ràng về khách hàng tiềm năng của mình thì mới có thể có chiến lược quảng bá, bán hàng, truyền thông và chăm sóc khách hàng, cung cấp dịch vụ, sản phẩm và định giá sản phẩm phù hợp.

Kênh truyền thông, quảng bá

Ngày nay có rất nhiều kênh, nền tảng khác nhau để bạn có thể truyền thông, quảng bá sản phẩm của mình từ offline tới online, từ các đoàn thể, cộng đồng, sự kiện, hội thảo, cửa hàng bán lẻ, siêu thị, trung tâm cho tới các nền tảng tìm kiếm trên internet và mạng xã hội. Mỗi nền tảng, môi trường khác nhau đều có vai trò riêng và hướng tới những đối tượng khách hàng riêng. Ví dụ như kênh Linkedin, hội thảo, hội chợ triển lãm sản phẩm thì thường dành cho đối tượng doanh nghiệp; Instagram, Facebook thường có nhiều đối tượng trẻ tuổi hoạt động năng động, Email phổ biến cho đối tượng trưởng thành đã đi làm, trường học dành cho đối tượng trẻ em…

Tùy vào đối tượng khách hàng mà bạn hướng tới là ai để chọn kênh và môi trường, hình thức quảng bá và truyền thông phù hợp.

Nguồn lực

Có thể bạn nghĩ rằng để khởi nghiệp thành công thì phải có nguồn lực tài chính, nhân sự dồi dào và có nhiều mối quan hệ, nhưng thực tế thì khi có càng ít nguồn lực, bạn càng biết tận dụng tối đa, sáng tạo và tìm ra những phương pháp mới để sử dụng những nguồn lực đó một cách hiệu quả.

Có tiền nhiều để khởi nghiệp, đổ nhiều ngân sách cho quảng cáo và quảng bá, để thuê nhân viên chưa chắc sẽ thành công. Khi bạn có ít ngân sách hơn, bạn sẽ biết cách chi tiêu hợp lý và tối ưu từ những gì mà mình đang có. Liệt kê ra tất cả những nguồn lực mà bạn có sẵn, về tài chính, về nhân sự, về công nghệ, về kĩ năng, tài năng… sẵn có của bạn, tất cả những điều đó chính là nguồn vốn mà bạn có thể tận dụng.

Kiến thức, kĩ năng

Ban đầu khi khởi nghiệp tôi thường tìm kiếm thông tin, học kĩ năng từ video, từ sách, các bài viết từ tiếng Việt lẫn tiếng Anh. Mỗi lần làm tới đâu và cảm nhận mình thiếu kĩ năng gì, thì tôi sẽ tìm hiểu và đọc, học về kĩ năng đó. Đối với tôi, kiến thức, kĩ năng là một trong những tài sản không thể bị mất đi. Do đó việc đầu tư cho kĩ năng, hiểu biết và kiến thức luôn nằm trong ưu tiên của tôi.

Mỗi năm ít nhất ba lần, tôi tham gia các buổi hội thảo trong và ngoài nước về chủ đề, kiến thức mà mình cần tìm hiểu. Bạn cũng có thể tìm hiểu các hội thảo, sự kiện, các khóa học phát triển bản thân và dạy kĩ năng từ trường học, các trung tâm đào tạo, từ những sự kiện quảng bá trên ***Group***

Facebook Event, Eventbrite. com, Internations.org, Summit Capital…

Để phát triển bản thân, học kĩ năng mới thì bạn hãy tìm đến những môi trường giúp mình có thể học hỏi nhiều nhất, đó cũng có thể chỉ đơn giản là sách, video hay học từ một người mà bạn ngưỡng mộ đã có được những thành công trong lĩnh vực mà bạn hướng tới.

Học hỏi và cải tiến cho phù hợp với bản thân

Vấn đề của ngày nay không giống như 10 năm trước, không phải có quá ít thông tin mà là có quá nhiều thông tin, và không phải thông tin, kiến thức và phương pháp nào cũng phù hợp với bạn. Tôi tin rằng mỗi người khi học hỏi cũng cần có sự chắt lọc và chiêm nghiệm riêng để biết được điều gì phù hợp và điều gì không phù hợp với mình.

Điều phù hợp với số đông chưa chắc là điều phù hợp với bạn, bạn cần hiểu rõ bản thân mình nhất để tránh sa đà vào bội thực thông tin. Một trong những quyển sách mà tôi rất thích đó là "***Khác biệt để bứt phá***" (Rework) của David Heinemeier Hansson và Jason Fried, nói về cách để tư duy khác biệt trong kinh doanh và khởi nghiệp. Tư duy khác biệt sẽ giúp bạn trở nên nổi bật và xây dựng được cá tính, phong cách riêng cho bản thân và cho lĩnh vực mà mình đang làm. Nếu như mọi người đi về bên phải, thì bạn hãy đi về bên trái, nếu như tất cả đều đang tăng tốc thì bạn đứng lại để quan sát.

Để thành công, bạn có thể học từ bất kì ai có điểm mạnh, có kinh nghiệm và thành quả mà bạn hướng tới. Đó có thể là một tu sĩ, diễn giả, doanh nhân, một người mẹ đơn thân hay từ chính ba mẹ, anh chị, bạn bè của mình. Tôi tin rằng luôn có những điều phi thường và bài học kinh nghiệm từ mọi người xung quanh để ta có thể học hỏi. Càng khiêm tốn và mở lòng để học hỏi, ta sẽ càng thu thập được kinh nghiệm và kiến thức quý báu, bổ sung vào hành trang để ta khởi nghiệp vững vàng.

Năm giai đoạn xây dựng sự nghiệp

Đây là năm giai đoạn mà tôi đã và đang trải qua trong hành trình xây dựng sự nghiệp của mình:

Giai đoạn 1: Làm những điều mình yêu thích, xây dựng thương hiệu, uy tín cá nhân và xây dựng cộng đồng của mình

Đây là giai đoạn khi tôi chỉ đơn giản là làm những điều mình yêu thích, thông qua đó xây dựng nên thương hiệu cá nhân trong lĩnh vực để mọi người khi nhắc đến tôi thì sẽ nghĩ đến lĩnh vực mà tôi yêu thích. Giai đoạn này chính là lúc tiền bạc, kinh doanh không nằm trong suy nghĩ của tôi, tất cả mọi thứ tôi làm đều đơn giản là vì tôi yêu thích nó. Từ những điều có giá trị mà tôi trao đi, cộng đồng biết đến tôi, những người có chung mối quan tâm biết đến tôi. Tôi xây dựng những mối quan hệ chân thành nhất, cống hiến, trao đi những giá trị hữu ích cho mọi người, từ đó tôi có thể hiểu rõ giá trị của bản thân và điều mà mọi người đang cần ở tôi là gì.

Giai đoạn 2: Tạo ra sản phẩm và bắt đầu kinh doanh

Từ những quan sát, trải nghiệm và đúc kết của mình tôi tạo ra những sản phẩm mà cộng đồng của tôi đang cần. Vì đã được mọi người yêu mến và biết tới, tôi bắt đầu có thể kinh doanh sản phẩm của mình vì tôi hiểu rõ mọi người đang cần gì ở tôi. Giai đoạn này, tôi cũng không hiểu hay có bất kì kĩ năng hay kinh nghiệm kinh doanh nào, tôi vừa làm vừa học hỏi và từ từ định hướng được các bước phát triển tiếp theo dựa trên nhu cầu, phản hồi, đánh giá từ khách hàng của mình.

Giai đoạn 3: Xây dựng hệ thống

Tôi nhìn thấy điểm chung và sự lặp lại trong các khâu làm việc của mình. Tôi ngày càng hoàn thiện sản phẩm, hoàn thiện quy trình chăm sóc khách hàng và bắt đầu định hình được những giá trị cốt lõi mà mình hướng tới, tạo ra hệ thống vận hành tự động nhất có thể, ghi lại tất cả quy trình để có thể hướng dẫn cho nhân viên của mình làm việc một cách dễ dàng. Tôi bắt đầu suy nghĩ tới việc đơn giản hóa mọi thứ nhất có thể để có thể tối ưu, hoàn thiện hệ thống của mình.

Giai đoạn 4: Tối ưu, hoàn thiện và chuẩn bị mở rộng

Tôi đánh giá lại những điểm còn thiếu sót cần hoàn thiện và lên kế hoạch hoàn thiện, tối ưu và đo lường quy trình của mình để chuẩn bị sang quá trình mở rộng và đi vào thị trường mới.

Giai đoạn 5: Mở rộng bằng cách lặp lại giai đoạn 1 trong thị trường mới

Tôi trở lại tâm thế của người mới khởi nghiệp, tìm hiểu thị trường mới, bắt đầu mọi thứ lại từ đầu bằng cách lặp lại các giai đoạn mà mình đã làm thành công trong thị trường cũ.

Chương 2

TRIẾT LÝ THEO ĐUỔI ĐAM MÊ

Tố chất cần có để thành công là gì?

Ngày trước khi còn là sinh viên, tôi luôn tự hỏi tại sao mình không có những tố chất mà tôi thường thấy ở những người kinh doanh thành công.

Cụ thể là tôi không thích networking tạo mối quan hệ với nhiều người, tôi cũng không thích có những mối quan hệ xã giao hời hợt hay thảo mai và cố gắng tạo thật nhiều mối quan hệ có ích để được người khác giúp đỡ. Tôi thích tự lập và độc lập, chỉ quan hệ mật thiết với một số ít người, nhưng có sự gắn bó lâu dài và sâu sắc.

Tôi không thích nói "Có" với tất cả mọi thứ, mà tôi thường tìm lý do để nói "Không". Tôi không thích bất kì ai hay điều gì làm tôi bị xao nhãng mục tiêu của mình. Tôi cũng không nghĩ rằng mình phù hợp để bán hàng hay thuyết phục người khác bằng lời nói. Tôi thường thích hành động.

Tôi không bao giờ nghĩ rằng mình có thể kinh doanh. Nhìn vào những người buôn bán hay làm ăn tôi thấy mình không giống họ, và tôi luôn nghĩ rằng, chắc mình không bao giờ lập nghiệp hay kinh doanh gì được.

Rất nhiều lần tôi cảm thấy vô cùng đơn độc và không biết mình thuộc về nơi nào, con đường nào. Tôi chỉ có hứng thú với một số ít những việc tôi thích làm, trong đó có đàn piano, tự tôi xuất hiện trước ống kính và là chính mình, không phải giao tiếp hay thuyết phục ai, chỉ đơn giản là bộc lộ bản thân tôi là ai.

Tôi nghĩ thế giới này có hai loại người chính: người chủ động tìm đến người khác (hướng ngoại), người bị động thích người khác tìm tới mình (hướng nội), và tôi thuộc tuýp người thứ hai. Tôi thường không chủ động tiếp cận ai, mà thường khởi xướng làm những điều tôi nhiệt huyết, và người ta tìm đến tôi.

Đôi khi tôi cũng hay so sánh mình với người khác, tại sao tôi không có tố chất hay điểm mạnh này như họ, những lúc như thế tôi cảm thấy vô cùng tự ti về bản thân mình.

Sau này tôi đã biết vượt qua được những định kiến tiêu cực về bản thân mình, tôi hiểu điều gì đúng với con người mình, chứ không còn là điều gì đúng với số đông.

Mỗi lần cảm thấy tự ti về bản thân, tôi sẽ khuyến khích và động viên mình bằng cách nhớ lại những điều, những thành quả mà tôi đã làm được, nhớ lại cảm giác của mình khi làm chủ mọi tình thế trong cuộc sống của tôi như thế nào. Người hướng nội thích suy nghĩ, và họ có rất nhiều suy nghĩ trong đầu. Đó là lý do người hướng nội cần biết điều khiến tiếng nói trong đầu và luôn học cách phản bác lại những tiếng nói tiêu cực về bản thân.

Khi người ta nhắc tới một số tố chất để thành công trong việc gì đó, nếu bạn không giống như đa số những người có cùng tố chất đó không có nghĩa là bạn sẽ không thành công, mà là bạn sẽ thành công theo một cách khác.

Điều quan trọng là bạn cần nhận biết mình thích và không thích điều gì, mình phù hợp với điều gì và từ đó tập trung vào phát huy những gì bạn thấy phù hợp nhất, tự tin nhất. Thành công đến với bạn khi bạn hiểu mình và là chính mình ở phiên bản tiến hóa hơn.

Người ta có thể nói với bạn rằng, các nghệ sỹ piano cần phải có ngón tay dài mới chơi đàn được; hay nói rằng bạn cần phải có năng khiếu mới có thể học đàn được; hay nói rằng bạn quá già để học đàn và rằng bạn chẳng có tố chất âm nhạc gì cả…

Tôi có một cậu bạn thân thời học đại học. Bạn tôi rất thích hát và cậu ta hát dở tệ, không lúc nào cậu hát đúng nhịp hay đúng cao độ và tôi thực sự đã từng nghĩ bạn mình không có năng khiếu âm nhạc. Nhưng nó rất thích hát, nó thích âm nhạc dữ dội và hơn hết là nó có quyết tâm là sẽ đi học hát, sẽ chơi đàn được. Tôi không phản đối, nhưng trong lòng tôi cũng có chút nghi ngại về cậu ta. Một ngày nọ tới ngày họp lớp, cậu ấy lên hát song ca với tôi, lần này rất đúng nhịp và đúng cao độ, cậu cũng đàn được piano hai tay một bài hát.

Tôi cũng từng nghĩ mình sẽ không bao giờ buôn bán gì được đâu, bạn cứ thử xem video *Sống Khác* trên kênh VTV6: "*Bội Ngọc đi bán còng*" ở chợ là biết. Tôi thiệt là không biết buôn bán và không nghĩ mình có khả năng kinh doanh. Vậy mà giờ đây tôi đã bước vào công việc kinh doanh, mở công ty và đã bán các khóa học cho hơn 3.000 người được bốn năm. Tôi vô cùng yêu thích và tự tin khi tư vấn và bán các khoá học của mình, nhưng nếu bạn bảo tôi đi bán còng ở chợ lần nữa, tôi xin chào thua.

Tôi nhận thức bản thân mình sâu sắc về những gì tôi thích và không thích, tôi nói "Không" với những gì mình không phù hợp và luôn sẵn sàng và làm hết mình cho những gì tôi tin tưởng. Nhờ vậy mà tôi không bao giờ cảm thấy có bất kì gánh nặng nào trong công việc của mình. Tôi yêu thích việc hướng dẫn cho người khác chơi đàn piano và truyền đạt kinh nghiệm cùng chia sẻ những động lực của mình.

Theo tôi, tố chất để thành công trước hết phải là việc bạn nhận thức được rõ ràng về bản thân mình, về những gì bạn thích và không thích, những gì bạn tự tin làm được, những gì bạn cảm thấy tâm huyết nhất khi làm, những ai mà bạn thích chơi, bạn thích mình ở trong môi trường nào? … Hãy đặt ra cho mình 100 câu hỏi để tự trả lời và khám phá về bản thân mình.

Đừng tự hỏi tại sao mình lại như vậy, vì sao mình không giống người khác, hay vì sao mình không có cái này cái kia, hãy chỉ tập trung vào việc nhận thức bản thân mình là người như thế nào, tốt xấu gì cũng là mình và mình chấp nhận tất cả những điều đó.

Bạn thành công theo cách của mình

Đã bao giờ bạn từng nghĩ rằng: chỉ có một cách duy nhất để có thể thành công hay đạt được mục tiêu gì đó chưa?

Khi còn nhỏ, tôi đã từng nghĩ như thế. Nhưng từ khi đọc nhiều sách, tiếp xúc với nhiều con người khác nhau, hướng dẫn piano cho nhiều người với nhiều tính cách khác nhau, tôi chắc chắn một điều rằng: ***có nhiều hơn một cách để thành công.***

Mỗi người sẽ có cách riêng của mình để đạt được mục tiêu nào đó, dựa vào điểm mạnh của mình, dựa vào sự phù hợp của mình. Trong quá trình hướng dẫn chơi piano cho người lớn, tôi đã học cách thích nghi với điều đó.

Tôi thường lắng nghe người học của mình qua những lời họ tâm sự và kể về bản thân, tôi cũng quan sát rất nhiều quá trình của họ để có thể chơi được một bài hát, tôi luôn tò mò về cách thức mà họ đã thu nạp và vận dụng phương pháp của tôi như thế nào. Bởi tôi luôn rất cởi mở đón nhận những sự khác biệt của từng người mà tôi tiếp xúc, nên tôi có thể giúp họ chọn được phong cách riêng của mình khi chơi đàn.

Theo nghiên cứu sinh trắc dấu vân tay, bẩm sinh mỗi người sẽ có một cách học và tiếp thu khác nhau: qua thị giác hình ảnh (đọc và quan sát), qua âm thanh (học nhanh bằng việc nghe), qua hoạt động (học nhanh khi vừa có thể kết hợp vận động nào đó)

Típ người thứ nhất là những người học đàn qua việc nghe và cảm nhận, bắt chước lại. Chỉ có cách này họ mới có thể đàn được nhanh, còn nếu đưa họ vào đúng trình tự: đọc bản nhạc và chơi theo bản nhạc, họ cảm thấy rất khó khăn và gò bó, thậm chí rất khó tiến bộ và khó có thể chơi đàn được. Họ chỉ dựa rất ít vào việc đọc bản nhạc vì giác quan quan sát của họ không phải là điểm mạnh, nhưng trí nhớ thông qua thính giác của họ rất tuyệt vời. Một bài hát khi chơi, họ sẽ chỉ liếc sơ qua bản nhạc và chơi lại dựa vào trí nhớ, họ cũng có thể đổi khác đôi chút nốt nhạc trên bản nhạc theo ý mình.

Típ thứ hai là những người học đàn qua việc thị tấu, đọc bản nhạc. Họ tiếp thu bằng hình ảnh và kí hiệu rất tốt, có thể vừa đọc bản nhạc và tập một cách nhanh chóng dựa theo đó. Họ không gặp nhiều khó khăn trong việc đọc nốt nhạc và có thể chơi theo đúng như những gì bản nhạc ghi sẵn.

Típ thứ ba là những người dễ tiếp thu thông qua việc vận động. Họ khó lòng ngồi một chỗ quá lâu và tập trung trong thời gian dài. Một lần tập đàn của họ sẽ có thể là 10 phút, sau đó họ sẽ đi làm việc gì đó và trở lại tiếp tục tập đàn, cứ như thế, vậy mà họ học rất nhanh.

Ngoài ra, cũng có người có khả năng tiếp thu bằng nhiều cách, và cách học của họ pha trộn nhiều giác quan lại với nhau. Ví dụ như vừa kết hợp đọc bản nhạc (quan sát) với tự hát lên nốt nhạc và tay đàn theo đó (vận động và âm thanh). Hay kiểu vừa đàn vừa nhìn ngón tay và phím đàn, dựa vào giai điệu mà mình nhớ để tập.

Sau khoảng thời gian quan sát được những cách tự tập đàn như trên từ những học viên của mình, tôi không còn có suy nghĩ chỉ có một cách là đọc bản nhạc và tay chơi trên đàn mới là cách duy nhất. Tôi cho họ được thoải mái theo bản năng của mình, vì việc làm theo bản năng sẽ dễ dàng hơn là việc gò ép mình theo một khuôn khổ mới.

Bạn sẽ mau chóng thành công hơn với những gì thuộc về bản năng và thế mạnh của mình hơn là việc cố gắng cải thiện một điểm yếu, hay một tố chất mà mình không có. Việc thành công ở đây sẽ đến nhanh hoặc đến chậm, chứ không có nghĩa là bạn sẽ không thành công với việc chọn cách cải thiện điểm yếu của mình.

Từ khi nhận ra được triết lý này, tôi không còn gò ép bản thân mình phải hoàn hảo hơn ở lĩnh vực mà mình không có điểm mạnh. Thay vào đó tôi luôn tự hỏi bản thân, điều gì khiến mình có thể nhanh chóng và dễ dàng thực hiện hơn. Tôi luôn chọn cho mình cách đơn giản và tối ưu hơn phù hợp với khả năng của mình.

Bạn hãy luôn nhớ rằng: **có nhiều hơn một cách để có thể thành công.**

Nếu bạn không thể làm điều gì đó giống như cách thức và trình tự của đại đa số mọi người, thì hãy suy nghĩ đến một con đường khác phù hợp với khả năng của mình.

Nhân đây tôi cũng xin kể ra một đoạn của câu chuyện ngụ ngôn: **Cuộc thi trèo cây.**

"Tại một khu rừng nọ, nhằm tìm ra những con vật tài giỏi để giao một số trọng trách, người ta tổ chức một kì thi với sự tham gia của các con vật tại đó, gồm: Quạ, Khỉ, Chim cánh cụt, Voi, Cá, Hải cẩu và Chó.

Khi cả bọn đông đủ, vị giám thị ra đề. "Để công bằng, tất cả phải làm chung một bài kiểm tra: Hãy leo lên cái cây kia!".

Cuộc thi bắt đầu. Quạ thi đầu tiên và tạo được sự bất ngờ vì sự giỏi giang của mình, nó chọn con đường nhanh nhất là bay thẳng lên ngọn cây.

Giám thị coi thi phán rằng: "Con rất giỏi và thông minh, chọn con đường nhanh nhất, không theo một trình tự nào và tới được ngọn cây chỉ trong vài giây, con được 10 điểm."

"Cảm ơn thầy, đó là điều hiển nhiên." – Quạ đáp.

Đến phiên Khỉ thi, một sự khởi động nhẹ nhàng, Khỉ vặn mình để chuẩn bị trèo lên cây, chiếc cây cao nhưng khỉ vẫn mỉm cười và tự tin rằng chuyện này trong tầm tay mình vì ngày nào nó chả luyện trèo hết cây này, đến cây khác, kĩ năng đã nhuyễn như cháo. Thật vậy, Khỉ chỉ cần chốc lát là leo lên tận ngọn cây và thầy giám thị vui vẻ chấm:

- *"Con làm tốt lắm, đi theo trình tự, theo đúng bài bản và đã leo lên được ngọn cây nhưng con không có sự thông minh, con chỉ có ý chí và cần cù của con nên con cũng thành công. Ta cho 9 điểm. "*
- *"Cảm ơn thầy, cần cù, chăm chỉ là một phần của thành công ạ." - Khỉ đáp.*

Đến phiên Chim cánh cụt thi, nó cảm thấy rụt rè và sợ hãi khi thấy cái cây quá to và cao, đang đứng rui rẩy thì Voi lên tiếng.

"Thưa, xin phép cho con thi trước được không ạ?"

Ta đồng ý." - Giám thị trả lời.

Thế là Voi thay Chim cánh cụt thi trước và điều bất ngờ xảy ra khi voi húc liên tục cả thân hình đồ sộ của mình vào thân cây, khiến thân cây rung chuyển, chao đảo và rồi ngã bật gốc xuống. Thầy giám thị tức tối liền quát to:

- *"Cậu làm cái quái gì thế? Định phá kì thi của ta sao?"*
- *"Dạ, không ạ, đó chỉ là cách của con, mặc dù có tổn hại nhưng con vẫn hoàn thành bài thi."*

Voi ung dung đi từ gốc cây đến ngọn cây. Và lần lượt từ Chim cánh cụt, Hải cẩu và Chó, chúng chỉ cần leo lên thân cây và đi từ gốc đến ngọn cây một cách dễ dàng và về đích hoàn thành bài thi.

Nhưng riêng cá thì không thể, nó không thể nào ra khỏi bể để làm bài kiểm tra giống như các bạn mình, Quạ và Khỉ nhìn khinh khi, dè bỉu, giám thị cũng liên tục hối thúc không chút cảm thông. Nó buồn lắm và tự trách mình thật tệ hại, kém cỏi so với người khác, một cảm giác bất tài, vô dụng choán tâm trí nó. Ý định nảy sinh trong đầu cá bây giờ là chết để được giải thoát, một kẻ bất tài thì chết cũng có gì đáng tiếc chứ.

Nhưng khi cá chưa kịp làm gì, bỗng nó thấy cả nhóm Voi, Chim cánh cụt, Hải cẩu và Chó cùng nhau đẩy cái cây xuống dòng sông gần đó, rồi nhanh chóng, bọn chúng đưa cá đến gần sông thả xuống nước và từ đó cá cũng bơi từ gốc lên ngọn cây và hoàn thành bài kiểm tra một cách thuận lợi."

Làm điều khiến bạn hạnh phúc và mãn nguyện

Bạn có hay để ý đến những khoảnh khắc hạnh phúc, những điều khiến bạn mãn nguyện là gì không? Tôi nghĩ là bạn hãy bắt đầu suy nghĩ về những gì khiến bạn hạnh phúc trong cuộc sống và làm những điều ấy nhiều hơn nữa.

Tôi từng nghĩ đó là đạt được một mục tiêu nào đó mà mình đã đặt ra cho bản thân, kiếm được một số tiền nào đó, tậu được một món đồ đắt tiền… nhưng không, tất cả những thứ đó đều chỉ mang lại cảm xúc phấn khích tạm thời. Khi nghĩ lại những cột mốc đáng nhớ, những thành tựu của mình, tôi không có cảm giác phấn khích hay hạnh phúc. Điều khiến tôi mãn nguyện nhất đó là luôn hết lòng vì những gì mà mình tin tưởng, hoàn thành những điều mình yêu thích, mang lại giá trị cho một ai đó, giúp ai đó trở nên tốt hơn, tiến bộ hơn trong một lĩnh vực nào đó trong cuộc sống của họ.

Đối với tôi, thành công là khi tôi cho phép mình được thực hiện và hoàn thành những điều mình muốn, mà những điều ấy vừa mang lại niềm vui cho tôi, và vừa mang lại giá trị cho mọi người.

Ngày nay, khi internet và mạng xã hội trở thành nơi kết nối, con người ta càng dễ dàng nhìn thấy những khía cạnh thành công của mọi người xung quanh mình, đôi khi ta quên đi định nghĩa thành công của bản thân và điều gì khiến ta hạnh phúc.

Mỗi khi mất phương hướng trong cuộc sống, tôi chỉ hỏi bản thân ba điều:

1. Điều gì làm mình đau khổ và sợ hãi nhất?
2. Điều gì làm mình hạnh phúc và mãn nguyện nhất?
3. Đâu là điều quan trọng nhất lúc này?

Những điều gì bạn cho là sướng hay khổ cũng chính là điều tạo nên số phận của bạn. Không cần phải so sánh bản thân với người khác. Hãy chúc mừng và khen ngợi cho thành công của những người xung quanh mình, và cũng hãy hiểu rõ đối với mình, thành công là gì. Có thể thành công của bạn không giống với người khác vì giá trị sống và thứ tự ưu tiên của bạn và họ khác nhau.

Có người ưu tiên trải nghiệm của bản thân, họ sẽ xem thành công của mình là đi nhiều nơi, biết nhiều thứ, gặp gỡ nhiều người và mở mang nhiều điều.

Có người ưu tiên sự nghiệp, thành công của họ là sự thăng tiến, sự công nhận của mình trong lĩnh vực họ hoạt động.

Có người ưu tiên gia đình, họ sống vì gia đình và cống hiến để gia đình hạnh phúc.

Có người ưu tiên vật chất, có tiền và sống dư giả, có tiền giúp họ thấy tự do, an toàn và hạnh phúc.

Có người ưu tiên cống hiến cho xã hội, họ coi nhẹ của cải, vật chất hơn giá trị tinh thần, tình cảm, và thấy hạnh phúc khi giúp đỡ những người xung quanh.

Có người ưu tiên tình yêu, họ sống chết vì yêu và trở nên tốt hơn, hạnh phúc hơn khi yêu.

Thế giới này thật ra rất đa dạng, muôn màu muôn vẻ. Không vội đánh giá người khác. Cũng không vội đem tiêu chuẩn thành công và ưu tiên của mình áp đặt lên người khác, cũng đừng để những kì vọng ưu tiên của người khác khiến bạn xao nhãng những giá trị bản thân của chính mình.

Đối với tôi, cuộc sống này cần hơn sự dễ dàng. Khi làm điều gì đó và tôi thấy nó nhẹ nhàng, dễ dàng, có thể ngồi hàng giờ tập trung vào nó, đó chính là điều tôi thực sự thích và làm tốt.

Tìm kiếm điều khó khăn không còn nằm trong từ điển của tôi. Chúng ta được giáo dục rằng, cái gì khó có được mới đáng giá.

Tôi lại nghĩ khác, cái đáng giá thì có cần nhiều công sức, nhưng nó không bao giờ khiến ta cảm thấy nặng nề, khó khăn mà khiến ta vô cùng vui thú - ta mất công sức với nó mà vẫn cảm giác như đang dạo chơi.

Tôi chỉ tập trung vào điều mình thích, mình tự tin, mình giỏi, và mình hứng thú. Nếu phải làm những điều khiến mình phải gồng lên để không còn là chính mình nữa, thì mình đang xa rời bản ngã, xa rời sứ mệnh mà mình tồn tại trong cuộc đời này.

Đôi khi, thời khắc để ta tìm lại chính mình, nghe được tiếng nói trực giác của mình một cách sâu sắc là trong tâm bão, trong thời kì đen tối, trong khó khăn và thách thức của cuộc đời.

Ta luôn nghĩ rằng hạnh phúc và may mắn chỉ là khi nào có những điều tốt đẹp, như ý đến với cuộc sống của mình. Ta cho rằng thất bại, tai nạn, những biến cố, bệnh tật... là những điều xấu, kém may mắn, và ta luôn cố lẩn tránh rủi ro, cho rằng biến cố là điều ta không mong muốn.

Thực ra chỉ có biến cố cuộc sống mới cho ta cái nhìn sâu sắc về giá trị đích thực của cuộc đời, đâu là điều quan trọng và mới định nghĩa được ta là ai. Những lúc biến cố xảy đến, ta hãy cảm ơn và vui mừng vì nó đã đến.

Nếu ta vui vẻ hạnh phúc trong thời khắc hoàng kim chiến thắng của cuộc đời, thì ta cũng giữ niềm vui hạnh phúc ấy trong cả khoảng thời gian gặp biến cố.

Nếu ta hào phóng, rộng lượng, yêu thương, bao dung với người khác khi mọi thứ đều tốt đẹp, khi ta đang yêu, khi ta có tiền bạc rủng rỉnh thì ngay cả khi ta túng quẫn, khi ta bị phản bội, khi tan vỡ, ta cũng cần hào phóng, rộng lượng, yêu thương và bao dung với người khác như vậy.

Nếu ta trung thực, ngay thẳng, liêm chính, thành thật khi cuộc sống luôn tốt đẹp, thuận lợi, khi mọi người xung quanh đối xử tốt với ta, thì khi đứng trong thời điểm tăm tối của cuộc sống, ta vẫn như thế.

Nếu ta tận hưởng, biết ơn, trân trọng cuộc sống khi mọi thứ ta có đều đầy đủ, thoải mái thì khi ta bần hàn, thiếu thốn ta vẫn giữ niềm tận hưởng, hân hoan, biết ơn, trân trọng cuộc sống như vậy.

Ta nghĩ rằng chỉ khi nào cuộc sống của mình tốt đẹp hơn, khi ta đang hạnh phúc trong mối quan hệ, hay khi ta gặp may mắn thành công, ta mới bộc lộ những điều tốt nhất của mình; thế nhưng ta là ai chính là khi vẫn giữ thái độ sống, cách đối xử với chính bản thân mình và với mọi người như thế khi mọi thứ xung quanh ta thay đổi không như ý muốn.

Định nghĩa bản thân, chính là giữ những phẩm chất tốt đẹp của mình ngay cả khi vui, lẫn khi buồn, khi chiến thắng và cả khi thất bại, khi mạnh khỏe và cả khi đau ốm, khi thịnh vượng và cả khi khó khăn.

Những điều tôi đã chiến đấu và vượt qua

"You've got enemies? Good. That means you actually stood up for something in your life."

(Eminem)

Đây là một trong những câu nói mà tôi yêu thích, và cuộc sống của tôi từ ngày chọn con đường mà mình đam mê thực sự không dễ dàng và bình yên.

Từ những ngày tôi mới đăng những video của mình trên Youtube, tôi luôn đối mặt với những lời bình luận tiêu cực bên cạnh những lời khen ngợi và ủng hộ.

Mạng xã hội

Cảm giác của tôi vào sáu năm trước khi nhận những bình luận tiêu cực về mình là tức giận. Tôi của lúc ấy xù lông nhím lên và phản ứng lại ngay. Nhất là khi điều đó diễn ra vào những ngày tôi có thể lực không tốt, bị bệnh hoặc mệt mỏi thì nó thường làm tôi dễ xúc động, ức chế. Lúc đó tôi nghĩ: *"Mình có làm gì hại đến ai đâu, tại sao họ ghét mình?"*, và tôi buồn lắm.

Cũng có thời điểm tôi buồn đến mức muốn bỏ kênh Youtube của mình. Lúc ấy tôi nhận được một bức thư từ một người chị học chung trường đại học, nó là một cú hích khiến tôi không bao giờ bỏ cuộc và quyết tâm tiếp tục con đường của mình, bằng bất kì giá nào.

Tôi muốn trích đoạn chị viết trong bức thư ngày 31 tháng 10 năm 2013.

"Bé Ngọc!

Hôm nay chị thấy trên timeline em hỏi, nếu một ngày nào đó Bội Ngọc không còn chơi piano nữa thì sao, nên chị tự nhiên muốn nhiều chuyện một xíu.

Chị từng học organ từ năm lớp Lá đến năm lớp 9, sau đó nghỉ vài năm và tự chuyển qua học piano. Mỗi lần chạm vào phím đàn, chị thấy thật sự hồi hộp và hạnh phúc kinh khủng. Chị cũng thích chơi ngẫu hứng như em, nghĩa là thích bài nào thì nghe kĩ, sau đó dàn lại, chứ không thích nhìn sheet nhạc. Chị nhận ra bài nào mình chơi ngẫu hứng hoặc biến tấu thì nó lại soi rõ con người mình hơn. Đi đâu chị cũng nhớ cồn cào cảm giác được mở cái nắp gỗ, xếp lại tấm khăn nhung đỏ phủ phím, rồi bắt đầu sống thời khắc của mình.

Chị không dũng cảm như em, là đem niềm vui chơi piano của mình chia sẻ với mọi người. Chị đặc biệt chỉ thích đàn một mình, đôi khi đàn cho những bạn bè thân, và nghĩ sau này mình sẽ đàn cho một người đặc biệt sống cùng mái nhà với mình, trẻ con kinh khủng em ha?

Rồi người chị nghĩ sẽ sống cùng mái nhà với mình nói anh xin lỗi, anh không thể đi cùng em nữa. Lúc đó bọn chị đang ngồi sát một chiếc piano trong một quán cà phê nhỏ. Người đàn piano hôm đó chơi Rivers Flows In You, một kiểu chơi thuộc bài, hờ hững và xơ cứng. Nó làm chị sợ. Chị tự hỏi có khi nào tiếng piano của mình cũng cào vào tai, vào lòng người khác thế không. Từ đó tự nhiên chị mang mặc cảm với những phím trắng đen đó. Lúc đó chị đang học đàn với một soeur. Soeur hẹn chị quay lại học sau hai tháng để soeur tịnh tâm. Đến ngày hẹn, chị thấy tâm mình vẫn chưa tĩnh, nên chạy trốn từ đó, đến tận bây giờ. Chị vẫn thấy hồi hộp khi được chạm vào nó, nhưng mỗi lần đàn, chị lại thấy River Flows In You hôm đó hiện ra. Cảm giác lúc đó giống như, chị cũng không biết nữa, chị thấy mình giống một con sông cạn lạc mất nguồn vậy.

Chị quyết định không chơi piano nữa, ít nhất là cho đến khi mình tĩnh tâm. Nhưng đôi khi tiếc kinh khủng, vì bỗng dưng một ngày nhận ra mình không còn nhận biết được cao độ của một note nữa, và cũng không dễ dàng chơi ngẫu hứng một khúc nhạc nào nữa.

Bé Ngọc, em có tài và chị thấy em hạnh phúc khi em chơi piano. Nếu nó làm em hạnh phúc, hãy gắn bó với nó. Đừng sợ mình ảo tưởng về tài năng của mình. Em là một trong số ít người đàn piano làm cho chị thấy người đàn đang rất hạnh phúc và tự tin về những gì mình đang làm.

Nếu em muốn rời bỏ một thời gian để suy nghĩ, đừng để khoảng lặng đó lâu quá em nhé."

Kể từ đó, tôi không còn quan tâm tới những lời nhận xét đánh giá về mình nữa, tôi chỉ bước đi theo cách của mình, bước đi vì niềm tin và ước mơ của mình.

Tôi tin vào việc mỗi người sinh ra có một cơ địa, khả năng, tính cách khác nhau, môi trường sống khác nhau cũng cho chúng ta có những cách ứng biến mà mình cảm thấy phù hợp với bản thân mình.

Khi bạn đã nhận ra sứ mệnh của mình để theo đuổi, thì không còn điều gì có thể hạ gục bạn nữa.

Khó khăn khi xây dựng cộng đồng piano của mình

Tôi bắt đầu khởi xướng và tổ chức những buổi Offline Tín Đồ Piano dành cho những người trẻ yêu thích piano từ tháng 5/2013. Đa phần những thành viên trong nhóm là người tự học piano, chơi piano nghiệp dư. Có đủ mọi thành viên từ người mới bắt đầu cho tới người đã chơi piano thành thạo.

Thời gian đầu, tôi tự mình tìm địa điểm có đàn piano trên địa bàn thành phố Hồ Chí Minh và gửi tin nhắn facebook cho từng người mình biết từ group facebook "Tín Đồ Piano" mà tôi lập nên trước đó. Thành viên trên group ban đầu là những người cũng chơi piano cover trên Youtube như tôi, người theo dõi tôi trên Youtube và một số bạn bè yêu thích piano của tôi.

Lần offline đầu tiên, tôi tập hợp được gần 20 bạn trẻ trạc tuổi tôi, ở một quá cafe nhỏ có đàn piano upright tại quận Bình Thạnh. Đa phần chúng tôi đều là sinh viên, nhiệt huyết, vui vẻ, tràn đầy năng lượng. Chương trình diễn ra một cách đầy ngẫu hứng bằng sự dẫn dắt của tôi, tôi chia nhóm mọi người và thông qua trò chơi để kết nối mọi người với nhau. Sau khi không khí đã trở nên gần gũi và thoải mái hơn sau màn giới thiệu và giao lưu của các nhóm, tôi bắt đầu mời từng người lên chơi đàn. Chúng tôi hát, chơi đàn thật vô tư, không có sự phân biệt hay đánh giá bất cứ điều gì từ nhau, dù là người mới bập bẹ biết chơi đàn, sân khấu vẫn luôn dành cho họ.

Cứ như vậy, chúng tôi biết đến nhau và giữ mối liên hệ cho những lần Offline sau này. Cho tới nay tôi đã mở rộng hoạt động này đến Hà Nội, mỗi sự kiện Offline Tín Đồ Piano tôi tổ chức đều thu hút trên một trăm người tham dự

Để tạo nên một cộng đồng thực sự không phải là điều dễ dàng nếu tôi không thực sự là người đủ đam mê và tâm huyết trong việc mình làm. Để tổ chức một sự kiện Offine, không ít lần tôi bỏ tiền túi của mình ra để thuê địa điểm tổ chức và bù lỗ khi chương trình không thu được hoàn vốn tiền vé.

Những lần Offline đầu tiên mọi thứ đều diễn ra rất ngẫu hứng, quy mô nhỏ với khoảng 30 đến 40 người tham gia, tôi không bán vé hay phải thuê địa điểm mà chỉ cần tìm địa điểm có đàn piano và tổ chức như một buổi gặp gỡ giao lưu thân mật.

Sau này, quy mô của chương trình bắt đầu lớn hơn, và tôi cần tìm những địa điểm có sức chứa nhiều hơn, đồng nghĩa với việc tôi sẽ thuê địa điểm, âm thanh, đàn piano và một ekip cùng tôi thực hiện chương trình và bán vé sự kiện để có thể trang trải cho chi phí tổ chức. Hầu như không lần nào chúng tôi có lợi nhuận từ việc tổ chức Offline, trừ khi xin được tài trợ tiền mặt từ những công ty phân phối đàn piano.

Ekip tổ chức Offline cũng là những thành viên từng tham gia giao lưu và có nhiệt huyết đặc biệt để giúp tôi tổ chức chương trình. Họ là những người san sẻ thời gian và công sức để cùng tôi làm nên những chương trình thành công. Họ thường đứng ở hậu trường, quầy tiếp tân, sau cánh gà trong một chương trình và hiếm khi lên sân khấu.

Tôi luôn thầm cảm ơn những người đã đồng hành và giúp đỡ tôi trong những việc dù nhỏ nhất. Thật may mắn vì tôi tìm được những người ủng hộ, sẵn sàng dành thời gian và công sức của mình để cùng tôi làm nên những sự kiện ý nghĩa.

Mục đích của tôi khi bắt đầu thành lập nhóm Tín Đồ Piano là để kết nối cộng đồng chơi piano nghiệp dư, để mọi người dù là mới chơi đàn hay đã thành thạo đều có cơ hội tỏa sáng và học hỏi lẫn nhau, truyền động lực cho nhau. Tôi thích một cộng đồng như thế, và mục đích này luôn là kim chỉ nam để tôi thực hiện những buổi Offline như vậy.

Tôi từng bị coi là kẻ rỗi hơi khi làm những điều không ai trả công. Tôi cũng phải hứng chịu không ít những đánh giá, lời nói xấu sau lưng từ những người không hiểu và không cùng chí hướng với mình. Có người còn cho rằng tôi thực dụng vì bán vé tổ chức sự kiện để thu lợi cho bản thân. Có người bảo tôi đàn piano cũng bình thường mà cũng đứng ra tổ chức sự kiện.

Tôi đã vượt qua những mâu thuẫn, chia tay những người không cùng hướng đi, quan điểm và vẫn tiếp tục làm những việc mà tôi cho rằng ý nghĩa và mang lại niềm vui cho tôi. Tôi cho rằng mâu thuẫn và điều tiếng là chuyện hiển nhiên khi bạn làm điều gì đó mà số đông không làm.

Nếu bạn thực sự đam mê và tâm huyết với những gì mình làm thì sẽ luôn có nhiều người khác ủng hộ và sẵn sàng đi theo bạn. Phương châm của tôi là tập trung vào những người ủng hộ mình, ngưng kết nối với những người không cùng quan điểm.

Cuộc sống sẽ rất mệt mỏi nếu ta cố gắng giữ những mối quan hệ chỉ để giữ vòng quan hệ xã hội của mình được rộng và an toàn. Tôi cho rằng mình nên dành thời gian và sự chú ý cho những mối quan hệ và những người ủng hộ, tin vào những điều mà mình làm.

Sự khác biệt quan điểm

Tôi từng làm dậy sóng facebook trong cộng đồng một số người học và chơi piano khi chia sẻ quan điểm của mình về mục đích chơi đàn và tư thế của bàn tay trên đàn. Một số người có quan điểm rằng: chơi piano phải như thế này hay như thế kia mới đúng, không chấp nhận được nốt nhạc sai lệch không theo đúng nguyên bản, một bàn tay không đúng tư thế được quy định hay dáng ngồi không chuẩn.

Tôi có quan điểm rằng việc học và chơi piano không phải để chứng tỏ bạn điêu luyện và đúng quy chuẩn đến mức nào. Điều hấp dẫn tôi khi nghe một người chơi piano là trạng thái nhập tâm của họ vào những nốt nhạc, là âm thanh phát ra từ những ngón tay của họ chứ không phải từ hình thức của họ.

Quá nhiều quy chuẩn, khuôn khổ được đặt ra khi chơi đàn trong khi âm nhạc nên là nơi để con người ta được tự do và giải phóng cảm xúc của bản thân. Những quy chuẩn, tiêu chí về kĩ thuật dựa trên nguyên lý vật lý và cơ học từ thời kì cách đây hàng trăm năm áp dụng cho những nghệ sỹ piano chơi những tác phẩm cực kì phức tạp cần được tiếp thu, nhưng không có nghĩa là bạn không được phép đi ra ngoài khuôn khổ đó trong khi âm nhạc ở thời nay đã trở nên phóng khoáng, đơn giản và dễ hiểu hơn.

Tôi đã không chọn nằm trong thế giới âm nhạc với những khuôn khổ. Sự khác biệt về quan điểm có lẽ vì hướng đi của tôi - một người chơi piano như một niềm vui và để giải trí khác với một người xem biểu diễn piano là cả một sự nghiệp; có lẽ vì xuất phát điểm của tôi là người học và chơi đàn organ, tự học piano khác với một người học piano bài bản và đã được giáo dục trong một thời gian dài về những nguyên tắc hàn lâm khắt khe; cũng có lẽ dòng nhạc hiện đại tôi chọn và tính cách phóng khoáng thoải mái của tôi không giống với dòng nhạc người khác chọn và tính cách của họ.

Sự khác biệt trong quan điểm sống là điều bình thường trong cuộc sống, ngay cả với những người cùng trong một gia đình, huống hồ với cả một xã hội. Tôi tôn trọng sự khác biệt đó. Tôi vô cùng thán phục những người đã dành rất nhiều thời gian công sức và khổ luyện để học và chơi đàn, hành trình và thành tựu của họ cần được tôn vinh. Có lẽ tôi là người khá dễ dàng và thoải mái với chính mình và với người khác. Tôi nghĩ không có quy chuẩn nào là đúng cho tất cả mọi người, nếu bạn cảm thấy không thoải mái khi làm điều gì đó, thì hãy lắng nghe chính mình. Tôi tin vào trực giác và những gì cơ thể tôi mách bảo. Tôi tin rằng mỗi người đều có những nét đặc biệt khác nhau: xuất thân, hoàn cảnh, cơ địa, môi trường, tính cách… Và… nếu đã sinh ra là một bản thể, tại sao phải sống như một bản sao?

Đối với tôi, dấu ấn của người khác để lại trong ta không phải từ sự hoàn hảo, mà là từ những điều thật nhất của họ. Người khác có thể có những lý do để thích hoặc không thích bạn, nhưng bạn hãy luôn là chính mình. Chỉ khi là chính mình, bạn mới thực sự được tự do. Với tôi, chơi piano là để giải trí, để sống thanh thản, tự tại và tự do với cảm xúc của chính mình.

Lắng nghe bản thân

Nếu trước kia, tôi từng bỏ qua những linh cảm của bản thân, thì bây giờ, tôi lắng nghe cơ thể mình và xem trực giác là chìa khóa quyết định để tôi thành công.

Khi các giác quan nói với bạn rằng: tôi mệt, tôi áp lực, tôi quá tải, hãy cho cơ thể mình được nghỉ ngơi. Không gì tốt hơn là một cơ thể và tinh thần khỏe mạnh, vì chỉ khi tỉnh táo và khỏe mạnh, bạn sẽ đưa ra những quyết định sáng suốt, những ý tưởng đột phá và làm việc đạt năng suất cao nhất.

Trước đây tôi có thói quen ôm đồm việc và không bao giờ chịu từ bỏ mỗi khi gặp áp lực. Trở lại với kỉ niệm trong khoảng thời gian tôi còn là sinh viên và đang là người phát động chương trình "Tiếp sức Mùa Thi Cam Ranh", tôi dường như dồn mọi năng lượng của mình vào đó, những lúc mệt mỏi cũng không bao giờ cho mình phép được nghỉ ngơi thoải mái. Chính điều đó khiến tôi bị quá tải khi không kiểm soát hết mọi việc, khi tôi nghiêm trọng hóa vấn đề lên, nó làm cho tôi cảm thấy cô độc.

Sau này, tôi đặt cho mình một phương châm trong làm việc: *Mọi chuyện dù có như thế nào, vẫn phải luôn ưu tiên sức khỏe và tinh thần của mình. Luôn làm việc trong trạng thái và tinh thần tốt.*

Tôi đã từng trải nghiệm cảm giác nằm trên giường bệnh sau tai nạn gãy chân vào tháng 4 năm 2014. Đó là khoảng thời gian giúp tôi nhận ra ý nghĩa của sức khỏe. Tôi bị cướp giật đồ trên đường đi xe máy về nhà, xe của tôi bị tên cướp kéo trượt một đoạn dài, lúc ấy tôi rất đau và không đứng lên được.

Sau khi vào bệnh viện, bác sĩ chẩn đoán rằng tôi gãy xương đầu gối, tôi lúc ấy gần như sụp đổ. Tôi lo mình sẽ phải nghỉ học dài hạn, tôi lo những công việc của tôi cũng không còn được tiếp tục. Tôi phải gác lại mọi thứ ư? Tôi không còn chạy nhảy và đi như bình thường nữa ư? Hàng loạt những suy nghĩ tiêu cực bủa vây lấy tôi lúc ấy, tôi đã khóc rất nhiều khi nghĩ về tương lai của mình sẽ thay đổi sau tai nạn này.

Thật ra tôi còn may mắn là không bị gãy tay để còn có thể chơi đàn, và tôi còn may mắn vì giữ được tính mạng của mình, đó mới là điều quan trọng nhất. Tôi bắt đầu lấy lại tinh thần, và nghĩ tới những phương án và kế hoạch sau khi tôi hồi phục.

Tôi cảm nhận được ranh giới mong manh của sự sống và cái chết, ranh giới với những tai nạn bất ngờ sẽ ập đến vào bất kì lúc nào, và từ đó tôi chọn thái độ sống và làm việc như thể tôi sẽ ra đi vào ngày mai. Tôi quyết tâm thực hiện ước nguyện đầu tiên của mình là soạn giáo trình chia sẻ kinh nghiệm của tôi trong việc tự học piano, không lâu sau đó tôi phát hành DVD hướng dẫn tự học đệm hát piano cơ bản COMBO5, tôi cũng đã ấp ủ việc viết một cuốn sách từ thời điểm đó.

Ai đã từng một lần bệnh thập tử nhất sinh hay một tai nạn khủng khiếp thì mới thấy sức khỏe của mình quan trọng như thế nào. Bạn trẻ, không có nghĩa là bạn sẽ khỏe mạnh, mà vì thời gian lão hóa của bạn chưa tới. Do đó, đừng bao giờ ỷ lại việc mình trẻ mà làm việc quá sức. Bản thân tôi cảm nghiệm những lúc tôi không khỏe mạnh về thể chất và tinh thần, tôi không thể làm việc một cách hiệu quả, và chất lượng công việc cũng giảm sút.

Đã có thời kì lịch dạy đàn của tôi kín mít, liên tục từ sáng đến tối, mỗi người một giờ, và không những chỉ có một giờ dạy mà tôi còn phải chuẩn bị bài học cho những người học sau và cho cả ngày hôm sau. Tôi cảm thấy mệt mỏi trong chính những lúc làm việc của mình mà đáng lý ra, đó phải là những lúc tôi hào hứng nhất vì đang làm công việc mình yêu thích. Tôi cảm thấy mình sẽ không thể nghĩ ra ý tưởng nào mới nếu cứ tiếp tục quần quật như thế.

Có thể bạn kiếm được nhiều tiền hơn nhờ vào làm việc nhiều hơn, nhưng đó không phải là cách duy nhất, bạn còn một cách khác là học cách làm việc thông minh hơn.

Tôi quyết định thay đổi. Tôi không dạy đàn cho mỗi người một tiếng nữa, mà tôi dạy theo nhóm học ba người chỉ vào mỗi buổi tối, và nhờ vậy tôi có thời gian để học hỏi thêm những kĩ năng khác trong cuộc sống và công việc, có thời gian để chuẩn bị thêm bản nhạc và nội dung cho học viên của mình, có thêm ý tưởng và thời gian để thực hiện giáo trình các khóa tự học piano trực tuyến và qua DVD.

Nhờ việc biết cách sắp xếp lại thời gian của mình một cách có trọng tâm, làm việc thông minh hơn và không quên dành thời gian cho bản thân mình, tôi kiếm được tiền nhiều gấp năm lần so với trước đây, và tôi luôn cảm thấy công việc của mình như một thiên đường, không có bất kì gánh nặng hay áp lực nào, tôi hoàn toàn hạnh phúc trong mỗi giờ mình lên lớp. Tôi truyền đạt cho học viên của mình bằng tất cả tâm huyết và sự nhiệt tình, hào hứng của mình. Tôi truyền được thêm nhiều động lực, nguồn cảm hứng cho những học viên của mình, tôi giúp họ tự tin hơn, lạc quan hơn vào bản thân.

Từ đó, tôi bắt đầu hình thành thói quen tự cho mình có những khoảng nghỉ ngơi, tạm gác lại công việc, đi đến một nơi nào đó một mình. Thường thì mỗi lúc như vậy, sau khi trở về tôi luôn tìm ra câu trả lời cho những vấn đề của mình, tôi cảm thấy mình hiểu bản thân mình hơn, sáng suốt và có thêm nhiều ý tưởng hơn.

Du lịch dối với tôi không phải là cách để thể hiện bản thân mình đi được những đâu, trải nghiệm những gì, mà là cách giúp tôi cân bằng lại cuộc sống của mình, bớt đi lo âu, buồn phiền, áp lực và có thêm nhiều ý tưởng mới.

Thực ra không có vấn đề gì trong công việc của bạn cả, nếu bạn cảm thấy công việc của bạn thật áp lực và nặng nề, hãy tạm gác nó lại, nhờ đến sự giúp đỡ của một người đáng tin cậy và dành cho mình hai đến ba ngày không làm gì cả, không suy nghĩ gì về công việc hay các vấn đề gì nữa, khi trở lại với công việc, tôi chắc chắn bạn có đủ sáng suốt để giải quyết mọi việc êm thấm.

Nếu vì tính chất công việc không cho phép bạn có thể nghỉ làm dài ngày, hãy đi xông hơi, massage trị liệu, tìm đến thiền, tìm đến âm nhạc, ngồi vào đàn piano, hay đơn giản là cho mình một giấc ngủ.

Những lúc bạn mệt mỏi, tinh thần bạn suy sụp, là lúc cơ thể đang cố nói với bạn rằng: Hãy nghỉ ngơi, hãy dành thời gian cho bản thân mình, hãy quan tâm tới bạn hơn. ***Công việc không quan trọng bằng bạn. Bạn mới chính là điều quan trọng nhất.***

Không chỉ lắng nghe sức khỏe của mình, trực giác cũng là thứ bạn cần lắng nghe.

Trực giác, theo tôi là những cảm nhận, linh cảm nào đó trong hiện tại hoặc trong tương lai về một con người hay một sự việc nào đó. Lúc trước khi có một linh cảm xấu, tôi cứ nghĩ rằng mình chỉ đang suy nghĩ tiêu cực, tôi sẽ tự chuyển suy nghĩ của mình thành tích cực hơn và biện hộ cho những linh cảm xấu. Linh cảm xấu và suy nghĩ tiêu cực khác nhau ở chỗ, nếu linh cảm đó tiếp tục quay trở lại và nhắc nhở bạn nhiều lần, thì bạn hãy lắng nghe, và chuẩn bị cho mình một kế hoạch, một tinh thần vững vàng cho những gì sắp xảy đến.

Mọi điều xảy ra đều tuân theo luật hấp dẫn. Nếu thường xuyên xem những tin tức tiêu cực trên các phương tiện truyền thông và ở trong môi trường có bạn bè, người thân suy nghĩ tiêu cực, hay bị ảnh hưởng bởi những quan điểm sống tiêu cực thì bạn sẽ hấp dẫn loại năng lượng xấu này.

Nếu bạn muốn cuộc sống của mình tốt đẹp hơn, hãy chỉ nghĩ tới những gì bạn muốn hướng tới, hãy tạo cho mình một môi trường khiến mọi suy nghĩ của bạn luôn tích cực, vui vẻ. Hãy chọn cả bạn bè, chọn một môi trường nơi mọi người khuyến khích, động viên bạn và cho bạn cảm giác tích cực về bản thân. Hãy chọn cả âm nhạc mà bạn nghe, chọn loại âm nhạc mang lại tinh thần thư thái, bình an trong bạn. Mọi thứ xung quanh bạn, qua các giác quan, đều cần được bạn chọn lọc.

Hãy luôn bảo vệ cả trực giác của mình để luôn có linh cảm tốt về cuộc sống của mình trong tương lai. Nếu bạn đang ở trong một hoàn cảnh khó khăn, hãy nói với bản thân mình rằng: *"Tôi linh cảm có một điều tốt đẹp khác đang đến với tôi. Tôi linh cảm vận may của mình đang đến. Tôi linh cảm một người nào đó tôi cần chuẩn bị xuất hiện. Tôi linh cảm có người đang phù hộ, dõi theo và bảo vệ cho tôi."*

Vượt qua khủng hoảng

Nếu tôi là một người chưa có hướng đi và mục tiêu rõ ràng, tôi nghĩ mình sẽ không dễ dàng vượt qua khủng hoảng. Do đó, lời khuyên quan trọng nhất của tôi dành cho bạn nếu muốn vượt qua được những khủng hoảng và thách thức trong cuộc sống là tìm ra định hướng, mục tiêu của mình trong cuộc sống. Để tìm ra định hướng và mục tiêu của mình, bạn cần phải tìm được câu trả lời cho một số câu hỏi:

1. *Tại sao bạn làm những điều bạn đang làm?*
2. *Mục tiêu mà bạn muốn đạt được từ những việc mình đang làm?*
3. *Việc đạt được mục tiêu của mình có ý nghĩa như thế nào đối với bạn và với mọi người?*

Tôi đã không ít lần gặp khủng hoảng, từ lúc tôi lập kênh Youtube của mình, cho tới những sự kiện mà tôi phát động và tổ chức như Offline Tín đồ piano, Minishow đầu tiên của mình, cho tới việc tôi thể hiện quan điểm của mình trên mạng xã hội.

Mạng xã hội là con dao hai lưỡi. Đó không phải là tất cả thế giới thực của bạn. Nó chỉ là nơi mà mọi người biết bạn, và bạn biết họ qua hình ảnh, qua những dòng trạng thái. Bạn không biết những lời dèm pha và tin đồn trên mạng xã hội có độ xác thực là bao nhiêu, ở đó, bạn dễ bị đám đông dắt mũi. Mạng xã hội không phải là thứ có thể định nghĩa bạn là ai ngoài xã hội, hãy tỉnh táo và nhận thức rõ điều đó.

Nếu ai đó muốn làm điều gì cho bạn, họ sẽ hành động thực sự ở ngoài cuộc sống. Đừng quên nhắc nhở bản thân mình đâu mới là cuộc sống thực tế của bạn.

Những ngày đầu còn non nớt, tôi rất dễ xúc động và suy nghĩ nhiều về việc người khác nói về mình. Nhưng càng về sau, tôi càng trưởng thành hơn trong cách ứng xử, hiểu và điều khiển được thái độ của mình. Tôi rút ra được rất nhiều kinh nghiệm khi xử lý khủng hoảng, có thể kể ra một vài cách như sau:

1. Không hành động và phát ngôn nóng

Khi gặp những lời phản bác, nói xấu hay bất kì sự chỉ trích nào, tôi bình tĩnh nhận diện xem vấn đề đang nằm ở đâu. Tôi sẽ dành thời gian cho bản thân mình được bình tĩnh và không bị cảm xúc nhất thời chi phối.

2. *Hiểu cảm xúc của mình và bộc lộ nó ra bằng cách nói chuyện với những người than* mà tôi tin cậy

Đối với những người thân tín, tôi không ngần ngại bộc lộ sự yếu đuối hay cảm xúc của mình một cách tự nhiên, tôi sẽ tâm sự và bộc bạch với họ về vấn đề mà tôi đang gặp phải. Những lúc như thế, điều bạn cần nhất là thành thật với cảm xúc của mình, thả trôi nó và được lắng nghe

3. Kết nối với giá trị của bản thân

Mỗi người nên có một quyển sổ tay hoặc nơi cất giữ những kỉ niệm ý nghĩa, đáng nhớ. Đó là nơi bạn lưu giữ lại những gì bạn đã làm được, đã giúp được cho người khác, đã nhận được những lời khen ngợi, động viên từ người khác. Tôi thích viết thư cho khách hàng thân thiết của mình, họ luôn là nguồn động lực tuyệt vời cho tôi.

Khi đọc lại những câu chuyện của khách hàng kể về việc họ đến với piano như thế nào hay những bức thư, tin nhắn, những món quà mà học trò gửi tặng để bày tỏ sự biết ơn đối với những gì tôi đã giúp cho họ, tôi luôn rất xúc động. Nó giúp tôi rất nhiều để vượt qua những giai đoạn khủng hoảng của mình. Tôi biết ơn học viên và khách hàng của mình vì điều đó.

4. Giải quyết vấn đề mà tôi có thể thay đổi và kiểm soát được

Khi đã lấy lại sự tỉnh táo, tôi mới giải quyết vấn đề của mình. Cách hành xử văn minh đối với những người chỉ trích và ghen ghét, sỉ nhục, bôi nhọ bạn, là hãy cảm ơn họ, cho dù họ đúng hay sai, thì bạn cũng không dùng lý lẽ logic để thuyết phục được họ. Bạn cũng không cần phải tức giận họ, vì họ không phải bạn bè thân thích của bạn cả. Học cách tha thứ là việc nhân văn nhất bạn có thể làm cho bản thân mình và cho người khác.

Người ta có quyền ném bất cứ thứ gì vào bạn, bạn không kiểm soát được điều đó, nhưng bạn là người duy nhất có quyền kiểm soát và chọn lựa mình sẽ nhận và tiếp thu những gì.

Đôi khi nghĩ đơn giản hơn cho mọi việc, cho thêm chút hài hước và thêm vài lời khen tích cực lại là cách tốt nhất để mọi vấn đề được giải quyết.

5. *Những gì không kiểm soát được, tôi sẽ để nó được tự nhiên*

Có những việc nếu bạn không thể kiểm soát hay giải quyết được, thì hãy để nó diễn ra tự nhiên. Tôi thích triết lý thả trôi hay còn gọi là tùy duyên, người Công giáo chúng tôi gọi đó là "tín thác mọi sự cho Chúa". Đây chính là lúc tâm linh đóng vai trò quan trọng nhất, hãy đọc kinh, hãy cầu nguyện, hãy tìm đến niềm tin tâm linh của mình.

6. *Thả lỏng suy nghĩ để những tiêu cực và tích cực đối thoại trong đầu mình*

Nếu bạn chịu khó lắng nghe suy nghĩ của mình, bạn sẽ nhận ra là có rất nhiều tiếng nói trong đầu bạn, từ tiêu cực cho tới tích cực, chúng như đang đối thoại và đấu đá lẫn nhau. Tôi học được một cách thiền là không cố gắng kìm nén những suy nghĩ, mà cứ để mọi suy nghĩ cả tiêu cực lẫn tích cực đi qua trong đầu. Sau khi tất cả suy nghĩ đã trôi qua, lúc đó tôi mới bắt đầu cảm nhận cơ thể mình và hơi thở của mình. Tập trung vào hơi thở là cách thiền mà tôi sẽ ứng dụng sau cùng.

7. *Nhìn nhận bản thân, chấp nhận bản thân, tha thứ cho bản thân*

Khi người khác chỉ trích bạn, cho dù là vì ghen ghét, đố kị hay vì nguyên nhân nào đi nữa, cũng sẽ có một phần lỗi của bạn. Chính những sai lầm sẽ để lại cho bạn những bài học kinh nghiệm quý báu, từ đó bạn trưởng thành hơn. Tôi nhìn nhận xem bản thân mình sai ở đâu, tôi chấp nhận điều đó và tự nhủ với bản thân: "Tôi tha thứ cho chính mình.

Tôi đã học được bài học kinh nghiệm và tôi sẽ không để mình lặp lại sai lầm này lần nữa."

8. *Lấy lại tinh thần bằng việc biết cảm ơn cuộc sống*

Tôi cảm ơn cuộc sống này vì cho tôi được sống thêm một ngày nữa, cảm ơn cuộc sống đã cho tôi có gia đình, cho tôi có không khí để hít thở, cho tôi cơ thể lành lặn. Tôi cảm ơn những may mắn mà mình nhận được. Tôi cảm ơn những người đã đến bên tôi trong cuộc đời này. Khi tôi biết ơn cuộc sống, tôi cảm thấy mọi thứ trở nên thật nhẹ nhàng, không còn gánh nặng gì nữa, chỉ còn niềm vui vì được sống và tiếp tục hành trình của mình.

9. **Trở lại với công việc và kế hoạch của mình**

Mọi nghịch cảnh, khó khăn xảy đến đều là sự thách thức để xem lòng kiên nhẫn của bạn đến đâu, ý chí của bạn mạnh đến đâu. "Tôi mạnh mẽ, tôi quan trọng, tôi không bao giờ bỏ cuộc, tôi không thể bị đánh bại" là những câu nói mà tôi tự nhủ với bản thân mình để trở lại với công việc và những kế hoạch của mình. Từ đó trở đi, bạn có thêm sức mạnh và động lực để làm việc còn quyết liệt hơn rất nhiều. Điều đó cũng có nghĩa là, chiến thắng của bạn chắc chắn đang ở phía trước.

Để có thể giữ ý chí được và tinh thần mạnh mẽ, kiên cường, bạn phải thực sự vượt qua được chính mình trong những thời điểm yếu đuối nhất. Yếu đuối là trạng thái tự nhiên của con người, hãy chấp nhận và vượt qua nó.

Mọi việc đều có mặt xấu và mặt tốt của nó. Đừng chỉ nhìn vào mặt xấu của vấn đề, bạn nên nhìn cả vào cơ hội của nó nữa. Vấn đề không còn tồn tại khi bạn không xem nó là vấn đề.

Không bỏ cuộc

Trên hành trình đến với thành công và theo đuổi đam mê, sẽ có hơn một lần bạn cảm thấy chán nản, thất vọng và muốn bỏ cuộc. Chúng ta thường có suy nghĩ muốn bỏ cuộc khi những cố gắng và nỗ lực của mình không được đền đáp xứng đáng, không mang lại kết quả như mình mong đợi. Ngoài ra, tôi nghĩ nguyên nhân sâu xa khiến chúng ta bỏ cuộc là: chưa biết được mục tiêu rõ ràng, chưa thực sự muốn điều ta mong muốn, chưa có động lực và nguyên nhân thúc đẩy mạnh mẽ ta phải thành công. Tôi đã muốn bỏ cuộc một lần duy nhất trên con đường theo đuổi đam mê của mình, đó là khi tôi không xác định được con đường mà mình quyết tâm theo đuổi. Lúc ấy, khi đang là sinh viên cuối năm ba đại học, rất khó khăn khi tôi buộc phải chọn chú tâm vào việc học hành hay tiếp tục với việc theo đuổi sở thích của tôi. Tôi sẽ phải làm gì khi chỉ còn một năm để tập trung học hành, có bảng điểm đẹp, một tấm bằng danh giá, một công việc văn phòng theo đúng chuyên ngành xuất nhập khẩu của mình và đồng thời mong muốn tiếp tục con đường chơi piano, chuyển ngành học marketing và xây dựng thương hiệu, sự nghiệp của mình trong âm nhạc?

Tôi đứng giữa hai sự lựa chọn, và tôi muốn thôi học. Đó là một quãng thời gian rất khó khăn với tôi khi đang ở độ tuổi khủng hoảng độ tuổi mà tôi nghĩ hầu như những bạn trẻ nào cũng phải đối mặt. Chọn lựa điều gia đình và xã hội mong muốn mình trở thành, hay chọn điều mình muốn cho bản thân mình?

Tôi muốn cả hai. Và tôi đã thực hiện cả hai điều cùng một lúc. Tiếp tục việc học của mình với tấm bằng Đại học Ngoại thương loại khá, và cùng lúc theo đuổi sở thích chơi đàn, học về marketing và xây dựng thương hiệu của mình trên mạng xã hội.

Khó khăn của chúng ta là mong muốn quá nhiều và có quá nhiều sự chọn lựa. Chính vì có nhiều sự chọn lựa như vậy, ta trở nên dễ dàng bỏ cuộc. Ta buộc phải cân đo đong đếm rằng: nếu có điều này thì sẽ không có điều kia, muốn làm điều này thì phải đánh đổi điều còn lại. Tôi đã không phải đánh đổi gì để có thể là tôi của bây giờ. Tôi có thể thực hiện trọn vẹn những gì gia đình tôi mong muốn và cho cả những gì tôi mong muốn.

Tôi không nghĩ rằng chúng ta có thể làm tốt nhất nhiều việc cùng một lúc hay có quá nhiều mục tiêu ở một thời điểm. Tập trung là rất quan trọng để bạn định vị và phát triển bản thân theo đúng thế mạnh của mình, và thành công với thế mạnh đó. Tuy nhiên, chúng ta có thể sắp xếp thời gian để có thể luân phiên sự tập trung của mình và hoàn thành cả hai mục tiêu.

Nếu giai đoạn này tôi cảm thấy đâu là điều cần ưu tiên, tôi sẽ dành thời gian cho điều đó trước. Nếu sau một tuần nữa, một tháng nữa, một năm nữa, điều đó không còn quá quan trọng đối với tôi như trước, tôi sẽ chuyển sự ưu tiên của mình sang mục tiêu thứ hai.

Tôi thích một câu nói của Oprah Winfrey - được mệnh danh là "nữ hoàng truyền thông Mỹ" rằng: "You can have it all. Just not all at once" - Bạn có thể có mọi điều bạn muốn, chỉ là không phải có tất cả cùng một lúc.

Hãy lắng nghe trực giác của mình mách bảo, rằng điều gì đang quan trọng nhất với bạn lúc này? Hãy tập trung cho điều đó. Và nếu như đó là lựa chọn giữa việc bạn phải tìm một công việc để kiếm sống và tiếp tục theo đuổi đam mê của mình, thì hãy chọn điều mà bạn không thể sống thiếu nó trong thời điểm này. Không ít học viên của tôi là những người tự học piano khi đã tới tuổi xế chiều, họ chọn mưu sinh ở thời điểm mà miếng cơm manh áo là điều ưu tiên nhất trong cuộc sống của họ, và họ trở lại với sở thích và niềm đam mê ấp ủ của mình sau đó, họ vẫn thành công, vẫn chơi được piano và hạnh phúc với điều đó.

Còn tôi, may mắn là ở thời điểm vừa mới ra trường không phải gặp áp lực về việc kiếm tiền, tôi có thể nuôi sống bản thân qua ngày nhờ vào việc dạy đàn, điều quan trọng nhất với tôi lúc đó là được tự do làm điều mình thích và tạo nên giá trị ở lĩnh vực mà tôi đam mê.

Nếu trước đây tôi quan niệm rằng: không thể kiếm tiền được từ đam mê, đặc biệt là ở lĩnh vực âm nhạc, nghệ thuật; thì ngày nay tôi cam đoan rằng con đường thành công trong lĩnh vực mình thực sự đam mê, tập trung và có đủ am hiểu, thế mạnh là điều hiển nhiên. Mạng xã hội và internet ở thời nay là công cụ để cho bất cứ ai đều có thể được biết tới khi làm những điều mình yêu thích, và đồng thời có thể kiếm tiền được từ việc đó thông qua việc vừa nghiên cứu, học hỏi, vừa có thể chia sẻ kiến thức, kĩ năng của mình.

Nếu bạn còn trẻ, hãy bắt đầu dành dụm và đầu tư cho những công cụ, kĩ năng và kiến thức giúp cho bạn phát triển sự nghiệp và đam mê của mình. Hãy chủ động tạo ra cơ hội cho chính mình trong lĩnh vực mà bạn yêu thích.

Hãy học về marketing để có thể xây dựng thương hiệu cá nhân của mình. Hãy thường xuyên xuất hiện để mọi người biết đến bạn và lĩnh vực của bạn. Cơ hội thành công dành cho bất kì ai có sự chuẩn bị và không bỏ cuộc.

Khi 22 tuổi, tôi bắt đầu chọn cho mình một con đường và lĩnh vực mà không có ai hướng dẫn tôi đi như thế nào, chỉ có sự nhiệt huyết và lòng say mê dẫn dắt tôi. Có những giây phút nản lòng muốn bỏ cuộc, tôi thường tự động viên và khích lệ chính mình rằng: "Mọi sự cố gắng rồi sẽ được đền đáp xứng đáng". Trong những giây phút lưỡng lự nên tiếp tục đi hay dừng lại, tôi lại tự nhủ rằng: "Chỉ khi nào đã cố gắng hết sức rồi, thì mới có đủ lý do cho việc dừng lại. Nếu vẫn chưa cố gắng hết sức, thì cứ đi tiếp".

Mọi câu trả lời phía trước không ai có thể biết được. Chỉ có ta tự chọn lựa và quyết định, vì những quyết định và hành động của hôm nay chính là kết quả của ngày mai.

Tự quyết định và chịu trách nhiệm

Bạn mới là người quyết định mình muốn thay đổi hay không.

Bạn mới là người quyết định mình lựa chọn điều gì.

Bạn mới là người quyết định cuộc sống của mình sẽ như thế nào, sự nghiệp của mình là gì, ai là người bạn muốn kết hôn, bạn muốn sống ở đâu và phong cách sống mà bạn mong muốn.

Đừng đổ lỗi cho bất kì ai hay hoàn cảnh nào. Đừng hối tiếc về những quyết định của mình trong quá khứ. Nếu bạn muốn thay đổi điều gì trong cuộc sống của mình, hãy chuẩn bị ngay từ bây giờ để thay đổi nó trong tương lai.

Quyết định thay đổi bản thân

Nếu như một người nào đó nói với bạn rằng: bạn cần thay đổi. Đừng bận tâm. Nếu như có tới mười người cùng nhận xét một điều về bạn mà họ muốn bạn thay đổi. Hãy bận tâm. Đặc biệt là với những người quan trọng đối với bạn, hãy bận tâm tới những gì họ quan tâm về bạn.

Tôi là người rất bướng bỉnh và cứng đầu. Tôi thường rất khó bị ảnh hưởng bởi những lời nhận xét của mọi người xung quanh. Tuy nhiên, tôi đã tự nguyện thay đổi một số điều ở bản thân mình vì tôi muốn cuộc sống của mình tốt đẹp hơn.

Khi tôi đăng tải những video piano cover đầu tiên của mình, tôi thường ngồi trong căn phòng lộn xộn, với bộ dạng lùi xùi, lúc ấy tôi không mấy quan tâm tới hình ảnh của mình. Sau đó không lâu, tôi đã quyết định thay đổi khi có khá nhiều người xem video đùa với tôi rằng hãy dọn dẹp phòng gọn gàng ngăn nắp.

Tôi bắt đầu xem những MV cover nước ngoài thu hút nhiều lượt xem thời đó, đa số đều rất được đầu tư về hình ảnh, âm thanh. Tôi bắt đầu cải thiện hình ảnh của mình dần dần khi xuất hiện trên video. Tôi ý thức được rằng khi mình xuất hiện giữa công chúng, tôi phải thực sự là chính mình ở phiên bản tốt nhất.

Tôi bắt đầu dành dụm để đầu tư mua camera, dụng cụ thu âm và tự nghiên cứu về việc thu âm, tìm hiểu về set-up ánh sáng, bố trí màu background, tìm kiếm phần mềm chỉnh sửa video, nghiên cứu và tự chỉnh sửa video của mình. Tất cả những điều nhỏ nhặt nhất để cải thiện hình ảnh của mình, tôi đều tìm tòi và tự nghiên cứu. Tuy nhiên, ở thời điểm hiện tại, khi các khoá học online và việc chia sẻ kiến thức bắt đầu là xu hướng, thì không khó để bạn có thể học những kĩ năng này ngay từ khi còn trên ghế nhà trường. Do đó, tôi luôn tin rằng thế hệ sau này, có rất nhiều cơ hội và công cụ, nguồn lực để có thể thành công nhanh hơn và sớm hơn.

Nếu bạn ý thức được rằng mình cần thay đổi để có một công việc tốt hơn, những mối quan hệ tốt hơn, một cuộc sống tốt hơn thì hãy bắt đầu nhìn nhận ở bản thân mình những gì bạn cần thay đổi và học hỏi.

Thường xuyên ở trạng thái sẵn sàng học hỏi là chìa khóa để bạn luôn giữ được sự mới mẻ và nhiệt huyết trong mọi việc. Hãy không ngừng phấn đấu vươn lên, đừng cam chịu một cuộc sống vừa phải, bạn xứng đáng có những điều tốt nhất như bạn hằng mơ ước.

Để nâng giá trị cuộc sống của mình, hãy nâng giá trị của bản thân bằng cách trau dồi thêm những kĩ năng, nghiên cứu sâu vào những lĩnh vực mà bạn có thể giúp được cho nhiều người xung quanh mình. Và chỉ có quyết định thay đổi bản thân mới có thể giúp bạn bứt phá hơn. Hãy bắt đầu với việc thay đổi bản thân mình, và mọi thứ xung quanh bạn cũng sẽ thay đổi theo.

Quyết định chịu rủi ro

Một ngày nọ, bạn có một quyết định khiến cho bạn cảm thấy rất sợ hãi, lo lắng; nhưng bạn thật sự rất muốn có được kết quả mà quyết định ấy mang lại. Chúc mừng bạn vì đã quyết định chịu rủi ro.

Những điều bạn sợ hãi và lo lắng không có thật. Nó không đang diễn ra ngay lúc này, tại sao bạn phải tưởng tượng rằng nó sẽ xuất hiện ở tương lai?

Tôi cũng như đa số mọi người, sợ rủi ro và muốn có được sự an toàn trong mỗi quyết định và hành động của mình. Tôi cũng rất lo lắng khi chấp nhận thay đổi một điều gì đó trong cuộc sống: từ việc mua cây đàn piano đầu tiên, cho tới việc chuyển nhà hay nuôi một chú chó, hay đơn giản là việc chủ động bắt chuyện với người mà tôi có cảm tình.

Mỗi khi tôi thoát khỏi vùng an toàn của mình, tôi lại cảm thấy sợ hãi, lo lắng.

Và rồi tôi nhận ra: những lo lắng, sợ hãi của tôi không có thật. Mọi thứ tôi từng nghĩ đó là rủi ro khiến tôi lo lắng quá nhiều, tôi đều đã vượt qua và cuộc sống của tôi luôn tốt đẹp hơn. Mọi lo lắng, sợ hãi đều chỉ nằm trong trí tưởng tượng của tôi mà thôi. Tôi bắt đầu tập đối diện với rủi ro và nỗi sợ hãi với một tư duy khác: đón nhận mọi thứ đến với mình bằng một tâm thế "xuôi theo dòng chảy".

Mọi điều ta đã quyết định đều sẽ dẫn đến một kết quả tốt đẹp, và nếu như những điều không như ý muốn có xảy đến, thì ta cũng sẽ đón nhận nó như một món quà mà cuộc sống trao tặng. Thử thách là một món quà. Ta luôn trưởng thành hơn qua thử thách. Sau một thử thách ta luôn được lên "level", giống như trong một trò chơi vậy, mỗi lần vượt qua một chướng ngại, mà mỗi lần ta lại bước sang một bước ngoặt mới của cuộc đời.

Tôi luôn tin vào những điều đẹp đẽ của cuộc sống, vào lòng tốt của con người. Hãy chỉ tin vào những điều tốt đẹp nhất, và chúng sẽ đến với bạn vì đó là luật hấp dẫn.

Tôi chắc chắn một điều rằng, khi bạn biết mình đang quyết định chịu rủi ro, thì dù cho rủi ro có xảy ra, bạn sẽ là người nghĩ ra được đủ mọi cách để có thể đương đầu với khó khăn và thử thách mà mình gặp phải.

Kể từ hôm nay, bạn hãy can đảm lên. Nếu trong lúc này bạn đang phân vân suy nghĩ và chưa ra một quyết định nào đó vì lo lắng và sợ hãi, hãy làm tới đi. Mọi sự xảy ra đều có cách lo liệu của nó.

Quyết định chịu trách nhiệm

Bạn là người lãnh đạo khi bạn sẵn sàng là người chịu trách nhiệm lớn nhất.

Tôi không phải là người giỏi nhất, tài năng nhất, được biết đến nhiều nhất, nhưng lý do để tôi luôn là người lãnh đạo là vì tôi luôn chọn là người chịu trách nhiệm lớn nhất cho mọi kết quả của những việc mà tôi và tập thể của mình thực hiện. Đó là tố chất của người tiên phong.

Từ lúc nhỏ tới khi lớn lên, tôi luôn chọn làm người tiên phong. Tôi được chọn làm lớp trưởng từ lớp một tới lớp mười hai. Tôi chọn là người khởi xướng mọi phong trào hoạt động mà tôi tâm huyết: từ làm trưởng ban tổ chức ba mùa chương trình "Tiếp Sức Mùa Thi Cam Ranh" liên tiếp cho học sinh quê mình, cho tới hoạt động Offline Tín Đồ

Piano, thành lập công ty và sản xuất những khoá học piano của mình.

Tôi luôn sẵn sàng chịu trách nhiệm cho mọi việc mà mình thật sự tâm huyết. Bạn cũng có thể làm người tiên phong cho những điều mà bạn hết lòng tin tưởng và tận lực. Đối với tôi, người lãnh đạo không phải là người thông minh nhất, xuất sắc nhất, tài giỏi nhất mà là người sẵn sàng chịu trách nhiệm và giải quyết mọi vấn đề, rủi ro và mâu thuẫn xảy ra, là người sẵn sàng bảo vệ đồng đội của mình và chiến đấu cho điều mà mình tin tưởng. Hãy có tinh thần của một chiến binh. Bạn là một chiến binh cho chính những quyết định của mình. Bạn có sức mạnh, hãy tin vào bản thân mình.

Nếu bạn muốn có một thành tựu nào đó trong cuộc đời, hãy khởi xướng một điều gì đó mà bạn tâm đắc, không cần quá to tát, một kế hoạch mà bạn dành cho gia đình, một hoạt động thiện nguyện chăm sóc người già, tặng quà người neo đơn, dọn dẹp khu phố, hãy xung phong là người chịu trách nhiệm cao nhất trong một tập thể. Hãy bắt đầu tiên phong làm một điều gì đó có ích và bạn sẽ rèn luyện được cho mình tinh thần của một chiến binh. Để là người lãnh đạo, hãy đồng hành với việc phụng sự người khác.

Bạn là người tiên phong, là người lãnh đạo vì bạn thực sự toàn tâm toàn ý và chịu trách nhiệm về điều mình làm. Tôi tin bạn là như thế.

Những cảm xúc tiêu cực hoàn toàn tự nhiên

Không ít lần tôi có cảm giác tiêu cực và tự ti về bản thân mình. Không ít lần tôi có cảm giác chán nản, thất vọng về bản thân.

Không ít lần tôi có cảm giác so sánh và ghen tị với người khác.

Không ít lần tôi có những nghi ngờ về cuộc sống, về những người xung quanh tôi.

Không ít lần tôi cảm thấy cô đơn, lạc lõng giữa thế giới này.

Không ít lần tôi cảm thấy hoàn toàn mất phương hướng và không biết tiếp theo mình cần làm gì.

Nếu bạn nghĩ tôi không bao giờ có những cảm xúc như trên, bạn đã sai. Tôi cũng là một con người bình thường với những cảm xúc và chống chọi với những trạng thái tiêu cực nhất về tinh thần. Không phải lúc nào tôi cũng lạc quan, vui vẻ và tràn đầy năng lượng. Tôi cũng như bạn, chúng ta đều có những lúc yếu đuối, xấu tính, ích kỷ.

Đối với tôi, những cảm xúc và trạng thái tiêu cực là hoàn toàn tự nhiên. Có những ngày tôi rất ghét chính mình khi có những suy nghĩ tiêu cực, những hành động và lời nói giận dữ, những lúc bộc phát và đối xử không tốt với những người xung quanh mình. Thế nhưng tất cả đều có thể được rèn luyện.

Tôi rèn luyện chính mình, đầu tiên là chấp nhận bản thân mình với những điều xấu xí và những khoảnh khắc không mấy tốt đẹp.

Tôi rèn luyện chính mình để luôn nói ra cảm xúc của mình, không bao giờ kìm nén bất cứ cảm xúc nào của bản thân. Tôi không cố gắng tỏ ra vui vẻ khi tôi thực sự đang chán nản, tôi sẽ nói rằng tôi đang chán nản và tôi cần không gian riêng để suy nghĩ và vượt qua cảm giác tiêu cực này.

Tôi rèn luyện sự tĩnh lặng. Lặng một phút trước khi tôi tức giận và sắp sửa phát ngôn hay có những hành động mà tôi không làm khi tôi tỉnh táo và vui vẻ. Lặng một mình để lắng nghe tất cả những cảm xúc, những ý nghĩ trong đầu, viết chúng ra giấy và rồi quay trở lại với trạng thái cân bằng.

Tôi biết rằng mọi hành động, quyết định của mình trong trạng thái cảm xúc không tốt đều không đúng. Do đó, để tạo cho mình không có cơ hội để nóng giận hay có những trạng thái cảm xúc tiêu cực, tôi luôn tạo môi trường xung quanh mình vây quanh bởi những người mà tôi yêu quý và tôn trọng, chọn ăn uống thật đầy đủ những món ăn mà tôi thích, sống ở một nơi cho tôi sự yên tĩnh và không gian riêng, gần gũi với thiên nhiên, đặt một quyển Kinh Thánh đầu giường và trang bị một tủ sách tâm lý giúp tôi vượt qua những lúc bế tắc.

Nếu một ngày nào đó bạn có những cảm xúc tiêu cực, hãy dành cho mình không gian riêng, dành thời gian cho những người mà bạn tin tưởng và yêu quý, hãy chia sẻ sự yếu đuối của bản thân mình với họ, bạn được phép yếu đuối, tiêu cực. Đó là chu trình hoàn toàn tự nhiên của cảm xúc.

Tâm trạng của những người đặc biệt nhạy cảm thường thất thường, chỉ cần bạn hiểu và rèn luyện cách đối diện với nó một mình, tạo ra môi trường xung quanh với những gì cho bạn sự yêu thích và cảm hứng, bên cạnh những người có suy nghĩ tích cực, ủng hộ và khuyến khích bạn, học cách quan tâm chăm sóc bản thân, nghe nhạc với giai điệu hạnh phúc, bớt lướt mạng xã hội và đọc sách nhiều hơn, chắc chắn bạn sẽ vượt qua những chu kì tiêu cực của bản thân một cách nhanh chóng và dễ dàng.

đầu lại từ đầu

Tôi luôn tin rằng, nếu mình đã tự gây dựng nên ngày hôm nay, thì mình cũng có thể lặp lại điều đó, ở một nơi mới, ở thời điểm mới bằng công thức: *yêu thích việc mình làm, đam mê nghiên cứu, tạo dựng thương hiệu, chia sẻ, cho đi, dám xuất hiện và là người tiên phong*. Tôi gọi đó là quy trình gieo hạt lại từ đầu. Tôi sẽ tiếp tục trồng một cái cây khác ở một mảnh đất khác và tôi sẽ học cách làm cho cái cây của mình phát triển, thích ứng với môi trường mới.

Luôn giữ tâm thế bắt đầu lại từ đầu là điều làm tôi vừa sợ hãi, nhưng cũng vừa rất hào hứng vì sẽ tiếp tục với một đích đến và chặng đường mới, sẽ có vấp ngã, thất bại, rắc rối, sai lầm nhưng tôi biết chắc một điều rằng:

Chỉ cần biết cách gieo trồng thành công như việc gieo trồng một cái cây, bạn sẽ có kĩ năng lặp lại thành công đó.

"Tháng Ba, năm 2017,

Hôm nay, tôi đã chọn chuyển sang môi trường sống mới, một nơi tôi không biết quá nhiều về nó, điều đó cũng có nghĩa là tôi quyết định xây dựng lại thương hiệu của mình ở một nơi mới, nơi tôi không có những nguồn lực sẵn có, nơi tôi phải từ bỏ những cái cũ và bắt đầu từ đầu. Trong đầu tôi có vô vàn ý tưởng về việc tôi sẽ bắt đầu từ đâu như thế nào. Và tôi hào hứng về điều đó.

Tôi hào hứng về việc sắp tới tôi sẽ thay đổi nhiều thứ và bắt đầu kiến tạo cuộc sống mà mình mong muốn. Nhưng bên cạnh đó, điều này cũng đồng nghĩa với việc tôi sẽ đối mặt với những điều mà tôi không lường trước được trong tương lai, những thứ không chắc chắn, và những thứ không an toàn".

"Mọi việc đều có vẻ thật bỡ ngỡ khi bạn làm nó lần đầu. Nhưng rồi lần thứ hai, lần thứ ba mọi thứ sẽ trở nên thật bình thường."

Tôi luôn xem đây là phương châm hành động để thoát ra khỏi cái vỏ bọc an toàn của chính mình. Tôi đã có một công việc đang tiến triển rất tốt, một nơi ở an toàn nhưng không vì thế mà tôi ngưng làm mới cuộc sống của mình. Tôi là người không cho phép cuộc sống trở nên nhàm chán, vô vị, buồn tẻ. Nếu một ngày nào đó tôi cảm thấy nhàm chán, vơi đi đam mê và niềm yêu thích với những điều tôi đang làm, tôi sẽ bắt đầu hành trình tìm lại đam mê và ý nghĩa cuộc sống của mình một lần nữa.

Những gì ta từng đạt được trong quá khứ đều là quá khứ. Những thành tựu trong quá khứ sẽ không tiếp diễn tới tương lai khi bạn ngưng hành động. Thành công đối với tôi là một quá trình cần được lặp lại xây dựng và bắt đầu lại từ đầu.

Thay đổi suy nghĩ về tiền và nhận thức giá trị của bản than

Tôi muốn chia sẻ về sự thay đổi của tôi trong suy nghĩ về tiền bạc, một chủ đề mà có lẽ đa số mọi người chúng ta cho là riêng tư, nhạy cảm đặc biệt đối với người trẻ tuổi.

Lúc nhỏ tôi từng nghĩ mình không rành về tiền bạc, tôi không bao giờ để dành tiền và cũng không được ba mẹ cho tiền tiêu vặt. Việc tiếp xúc với tiền và quản lý tiền bạc đối với tôi vẫn là một thứ gì đó mơ hồ mãi cho tới khi tôi 22 tuổi. Mọi thứ bắt đầu thay đổi vì tôi đã có thay đổi trong thói quen và suy nghĩ của mình về tiền bạc.

Ngày trước, khi làm bất cứ điều gì, tôi thường rất ngại nói về tiền bạc. Tôi có cảm giác tội lỗi khi nói về vấn đề tiền bạc với người nào đó thuê hay nhờ tôi làm việc gì.

Tôi có cảm giác rất khó chịu và không muốn tới nhắc tới chuyện tiền nong, tôi thường lảng tránh vấn đề tiền bạc và nghĩ rằng công sức và thời gian của mình là miễn phí.

Tôi nghĩ vấn đề này rất thường gặp ở đa số những người có thiên hướng nghệ thuật, tính cách nghệ sỹ. Họ thường coi tiền là thứ gì đó làm giảm đi sự cao thượng và cái đẹp của nghệ thuật, họ lảng tránh nói về tiền bạc hoặc đánh giá mình thấp hơn giá trị mà họ mang lại cho người khác. Họ vui vẻ sống trong cảnh túng thiếu và yên phận với điều đó, và họ nghĩ: tiền bạc là căn nguyên mọi tội lỗi, tiền bạc là lòng tham, và họ nghĩ rằng tiền bạc làm vấy bẩn tính nhân văn và tâm hồn. Tôi đã từng là một người như thế, với nỗi sợ hãi, tự ti, mặc cảm về bản thân, về tiền bạc.

Tôi từng là cô gái dựa dẫm gia đình và bạn trai cũ ở thời sinh viên về tiền bạc. Họ là người chu cấp và đảm bảo cuộc sống của tôi đầy đủ. Tuy nhiên, lúc tôi khốn đốn khi không còn một đồng xu dính túi, sống trong trạng thái nơm nớp lo sợ không thể chi trả cho chi phí sinh hoạt của mình vì không còn bất cứ sự hỗ trợ và chu cấp tài chính nào, cũng là lúc tôi nhận ra được tầm quan trọng của tiền bạc. Cú hích đó đã đưa tôi tới việc xây dựng sự nghiệp của mình một cách ng-hiêm túc và hình thành trong tôi một động lực vô cùng to lớn là phải trở nên độc lập về tài chính.

Điều quan trọng nhất của tiền bạc là nó đem lại cho bạn sự độc lập và tự do khi lựa chọn.

Tôi đã bắt đầu thay đổi những thói quen và suy nghĩ của mình về tiền bạc. Từ đó tôi kiếm được nhiều tiền hơn và trở nên độc lập về tài chính. Giờ đây, tôi có thể làm mọi điều mình thích, đi tới những nơi tôi muốn, mua những thứ tôi cần, học những gì tôi đam mê mà không cần phải suy nghĩ nhiều về tiền bạc. Tôi muốn chia sẻ những thói quen đã thay đổi cuộc sống của tôi về tiền bạc với các bạn độc giả.

Đầu tiên, bắt đầu với kiểm tra và theo dõi chi tiêu của mình hằng ngày.

Lúc trước, mặc dù kiếm được tiền nhưng mỗi cuối tháng tôi luôn nhận ra rằng mình không còn lại bao nhiêu, mình đã chi rất nhiều và không biết là mình đã chi những gì. Tôi luôn ảo tưởng là mình kiếm được kha khá tiền thì cũng sẽ để dành được, nhưng suốt một năm trời, hầu như tôi không dành dụm được là bao. Tôi để tiền vô cùng bừa bãi, vứt nó ở mọi nơi trong nhà mà không có bất kì sự quản lý nào, tôi cũng không coi trọng những tờ tiền của mình khi nó bị gấp nhăn lại nhiều lần.

Tôi bắt đầu học cách trân trọng những tờ tiền của mình. Tôi để tiền rất gọn gàng vào trong ví của mình, xếp những tờ tiền nhăn lại một cách ngay ngắn, và tôi cũng bắt đầu vuốt thẳng những đồng tiền mà mình đưa cho người khác khi mua hàng.

Sau khi tập được thói quen này, tôi bắt đầu cảm thấy mọi thứ bắt đầu dễ chịu hơn. Tôi bắt đầu có thói quen đếm lại tiền của mình hằng ngày, ghi vào ứng dụng quản lý tiền bạc trên điện thoại thu nhập và chi tiêu của tôi.

Thật là tuyệt vời khi bạn có thể quản lý cuộc sống tài chính của mình, khi nhận thức được những gì mình có, những gì mình muốn có và những gì mình đã lãng phí. Nó khiến tôi trở nên tự tin hơn với tình hình tài chính của mình. Tôi tự điều chỉnh cảm xúc của mình khi đi mua sắm, cắt giảm những chi phí không cần thiết và đầu tư nhiều tiền hơn vào việc mua thêm kiến thức.

Khi quan sát những chi phí tổng kết hằng tuần, hằng tháng, bạn sẽ nhận ra tính cách tiền bạc của mình có xu hướng chi tiêu nhiều vào những gì. Và một trong những chi tiêu mà tôi khuyên tất cả mọi người nên đầu tư thật nhiều, đó là đầu tư vào sách vở, các khoá học, kiến thức và kĩ năng.

Bạn có hiểu lý do vì sao những người đã từng rất giàu dù từng phá sản vẫn biết cách để trở nên giàu có trở lại. Đó là vì họ đã rèn luyện và học hỏi kĩ năng, họ đã đầu tư cho cái đầu của mình, và chính kiến thức, tư duy và kĩ năng là thứ theo họ suốt đời, giúp họ có thể kiếm lại tiền nhanh chóng.

Thứ hai, thay đổi tư duy về giá trị của bản thân

Bạn có thấy bản thân mình có giá trị không?

Bạn có thấy thời gian của mình giá trị không?

Bạn có thấy mình xứng đáng nhận được nhiều hơn những gì mà bạn đang được trả không?

Nếu bạn trả lời không cho hầu hết những câu hỏi trên, thì có lẽ cần có một cuộc cải cách tư duy về giá trị của bản thân.

Giá trị của bạn do chính bạn tạo ra, không phải do người khác định giá hay suy nghĩ về bạn. Bạn nhận thức về giá trị của mình như thế nào, người khác sẽ bắt đầu nhận thức như vậy.

Nếu bạn đánh giá thấp khả năng của mình thì người khác cũng sẽ đánh giá thấp bạn. Nếu bạn trân trọng sức lao động, chất xám, thời gian của mình thì người khác cũng sẽ trân trọng những điều đó từ bạn.

Giá trị của bạn là khác nhau đối với mỗi người khác nhau.

Có những điều bạn làm với người này nhưng họ lại không cảm thấy giá trị. Ngược lại, cùng điều đó khi bạn làm cho người khác, họ cảm thấy rất giá trị.

Tuy nhiên, tôi cũng đã gặp không ít người trẻ rất sai khi có suy nghĩ: muốn nhận nhiều hơn thay vì muốn cho nhiều hơn. Khi được hỏi làm một công việc gì đó, họ có thái độ làm việc cho có, cho xong, đúng thời gian, đúng công việc được giao và họ luôn được trả một số tiền không bao giờ thay đổi. Tại sao có những người luôn được trọng dụng và được đề bạt tăng lương và những người khác thì không? Tất cả đều ở thái độ của họ trong công việc.

Những người biết rõ giá trị của mình, làm việc tận tâm, có trách nhiệm đến nơi đến chốn và có khuynh hướng cống hiến, giúp đỡ, bớt đi sự tính toán chắc chắn sẽ là những người thành công trong sự nghiệp, không lâu sau họ được đề xuất tăng lương vì ai cũng muốn giữ họ ở lại bên mình.

Vậy làm thế nào để bạn có thể nâng giá trị của mình lên?

Đầu tiên là việc ý thức về những gì bạn có thể giúp được cho người khác để họ đạt được mong muốn của mình. Bạn giúp cho họ những gì, và liệu bạn có thể giúp đỡ họ thêm những gì? Có những người sẵn sàng trả cho bạn nhiều tiền vì đối với họ, điều bạn làm cho họ rất giá trị và quan trọng. Hãy là người giải quyết những vấn đề quan trọng, và bạn sẽ luôn được trân trọng và đánh giá cao.

Làm gì để nâng giá trị của bản thân mình?

Thứ nhất, nhận thức và trân trọng thời gian, công sức của mình

Bạn có biết rằng, bạn bận rộn không có nghĩa là bạn giá trị hơn. Bạn giá trị hơn khi làm nhiều thứ giá trị cho người khác, hoặc giúp được một điều gì đó cho rất nhiều người. Bạn giá trị khi bạn tạo dựng được uy tín và sự đáng tin cậy trong từng lời nói và hành động của mình. Bạn giá trị khi bạn biết bản thân mình muốn gì và nói ra những mong muốn đó khi có bất kì ai không tôn trọng hay đánh giá thấp bạn. Bạn hiểu rõ những gì bạn có thể làm và sẵn sàng tìm hiểu, chịu gian khổ hơn để hoàn thành nó. Bạn làm điều gì đó vì bạn nghĩ đến kết quả của nó mang lại cho người khác, thay vì đo lường và tính toán quá nhiều về chi tiết, về thời lượng. Để hiểu giá trị của mình, bạn cần tập trung vào kết quả cuối cùng, kết quả đó có ích như thế nào đối với người được nhận. Hãy làm rõ những điều đó.

Thứ hai, nghĩ ra thêm nhiều thứ để làm và giúp đỡ cho người khác.

Bằng cách lắng nghe mọi người nhiều hơn, đặt câu hỏi nhiều hơn và đồng cảm với những vấn đề của người khác, bạn tìm được một động lực thôi thúc tìm cách giải quyết cho những vấn đề của họ. Điều đó phải xuất phát từ sự thật tâm quan tâm và thật lòng muốn giúp đỡ.

Ba, chia sẻ hiểu biết của mình về lĩnh vực mà bạn có thế mạnh hoặc yêu thích

Chính sự chia sẻ này khiến cho giá trị của bạn trong mắt mọi người được nâng cao hơn. Bạn chỉ có giá trị hơn khi bạn chia sẻ giá trị của mình hoặc giúp đỡ nhiều hơn cho người khác.

Chương 3

Tố chất giúp bạn vững vàng xây dựng sự nghiệp từ đam mê của mình

Đối mặt với nỗi sợ hãi

Khi gặp một biến cố trong cuộc sống, những vấn đề, hoàn cảnh không mong muốn, nhiều khi ta phản ứng một cách tức giận, than vãn hay đổ lỗi.

"Tại sao điều này lại xảy đến với tôi?"
"Tại sao đời tôi có quá nhiều bất hạnh, sóng gió đến vậy?"

Trong đời sống, không có ai là không gặp những biến cố, tai nạn, những vấn đề bất như ý. Nhưng bất kì điều gì xảy đến đối với ta, dù tốt hay xấu, đều mang lại cho ta giá trị riêng của nó. Điều tốt mang đến niềm vui, điều xấu mang đến bài học và trải nghiệm.

Chúng ta thường tôn vinh những điều tích cực, tươi đẹp, an toàn và cố né tránh những rủi ro, phiền muộn, nhưng cuộc sống thì đâu phải lúc nào cũng êm đẹp mãi. Ta cần học cách ôm ấp và trân trọng cả những nỗi đau, phiền muộn, thất bại vì những nốt trầm của cuộc sống giúp ta bộc lộ được phiên bản mạnh mẽ, kiên cường nhất của chính mình. Ta sẽ không biết cách để thành công nếu không có thất bại. Ta sẽ không biết cách để vượt qua khủng hoảng nếu như chưa bao giờ gặp khủng hoảng.

Người càng trải nghiệm nhiều biến cố, nhiều thất bại, nhiều đau đớn thì càng trưởng thành và dày dạn kinh nghiệm. Họ cũng học được nhiều phương thức để đương đầu với khó khăn. Lần đầu gặp phải khó khăn, thử thách, thì dù ở mức độ nào cũng đều thật đáng sợ. Nhưng khi đã đi xuyên qua rất nhiều nỗi sợ hãi của chính mình rồi, ta sẽ dễ dàng thản nhiên đối mặt.

Tôi hay thách thức bản thân mình bằng cách làm những điều mà mình sợ hãi. Những gì người khác lo sợ thì tôi sẽ xung phong làm đầu tiên. Khi còn nhỏ, ba tôi có dẫn tôi đi Suối Đá, tuy không biết bơi, nhưng tôi vẫn nhảy từ trên mỏm đá xuống hồ nước sâu. Khi trong lớp không có ai xung phong làm điều gì đó, tôi sẽ là người xung phong. Khi mẹ và thầy cô bảo tôi chọn thi vào trường đại học nào cho an toàn, thì tôi lại muốn thi vào trường mà không nhiều người thi đậu. Tôi thích thử thách bản thân mình và chiến thắng những nỗi sợ hãi đó.

Cũng có những nỗi sợ hãi mà phải mất khá nhiều thời gian để vượt qua, và đối diện với chúng luôn nằm trong mục tiêu của tôi. Mục đích của tôi khi làm điều gì đó không phải là để thành công, mà là để vượt qua những rào cản mà bản thân mình đã tự đặt ra cho bản thân. Tôi cũng phân định rất rõ ràng giữa thứ mà mình muốn và không muốn, những thứ mình thích và không thích.

Vì năng lượng, thời gian, trí thông minh của bản thân có hạn, nên tôi chỉ chọn làm một ít những điều mình muốn và điều mà mình yêu thích. Tôi chọn tập trung vào việc phát huy điểm mạnh sẵn có của mình hơn là nghĩ về điểm yếu của mình. Tôi không so sánh hay cạnh tranh giữa điểm yếu của mình với điểm mạnh của người khác, vì nó giống như lấy sắt mà so với vàng vậy. Tôi chọn làm những điều mà tôi cảm thấy nhẹ nhàng, dễ dàng và thoải mái nhất vì tôi biết rằng, đó chính là món quà mà tạo hóa ban tặng cho tôi.

Suốt nhiều năm nhờ vào học giáo lý trong Kinh Thánh, tôi cũng thấm nhuần những triết lý để định hướng cách sống của mình. Có một câu chuyện ngụ ngôn trong Kinh Thánh mà tôi rất thích, câu chuyện nói về một người chủ nọ cho mỗi người đầy tớ của mình những nén bạc khác nhau để lấy vốn làm ăn, cuối cùng người chủ khen thưởng cho người đầy tớ biết làm sinh lời ra nhiều hơn từ nén bạc mà người chủ cho, và xử phạt người đầy tớ chỉ biết lãng phí nén bạc đó.

Câu chuyện ngụ ngôn trong Kinh thánh làm tôi liên tưởng tới việc mỗi chúng ta được sinh ra đều sẵn có trong mình ít nhiều những tài năng đặc biệt, những thế mạnh riêng mà mình cần tận dụng. Qua thời gian, ta vẫn hay chỉ chăm chăm vào những gì người khác có mà mình không có mà không chịu nhìn vào những gì mà mình đang có, những điểm mạnh của mình là gì để tiếp tục trau dồi nó.

Dám nghĩ dám làm

Ýtưởng không đáng giá bằng việc hành động biến nó trở thành hiện thực. Bất cứ ai cũng có thể đưa ra ý tưởng, sáng kiến, cho lời khuyên, góp ý, nhưng chỉ có người hành động để biến tất cả những thứ chỉ nằm trong suy nghĩ trở thành hiện thực mới nhận được thành quả.

Tôi là người có rất nhiều ý tưởng, nhưng chỉ số ít những ý tưởng mà tôi có thể thực hiện thành hiện thực. Từ ý tưởng đến hành động sẽ còn có những chiến lược và kế hoạch hành động, và chỉ khi nào ta bắt tay vào làm ngay mà không chần chừ, chờ đợi, liên tục hành động thì mới có thể tạo ra kết quả. Phải có ý tưởng tốt, rồi thực thi cùng sự kiên trì thì mới tạo ra kết quả.

Mọi người thường dành cho mình quá nhiều sự lựa chọn đến mức họ không thể toàn tâm toàn ý cho bất kì sự lựa chọn nào. Đối với tôi, mỗi lựa chọn đều sẽ đưa chúng ta đến những kết quả và bài học đáng giá. Nếu ta quá chú trọng vào việc chọn đúng, thì có lẽ sẽ phí hoài thời gian của mình, trì hoãn và dần dà những điều mình muốn thực hiện không còn thực hiện được nữa.

Sự lưỡng lự chưa bao giờ là chiến lược tốt. Trong bất kì lựa chọn nào, bạn hãy kiên quyết "Có" hay "Không". Nếu bạn trả lời "Có" thì hãy dốc lòng mà làm cho ra trò, còn nếu bạn nói "Không" thì đừng mảy may suy nghĩ gì về nó nữa.

Khi mọi người xung quanh bạn đang e ngại, thì đó chính là cơ hội tốt để bạn làm điều gì đó. Bạn chỉ khác biệt khi dám đi ngược với sự lựa chọn của đám đông. Khi mọi người đều đồng ý với ý kiến của bạn, đó là lúc bạn cần xem xét lại vì có thể nó còn chưa đủ bứt phá. Làm điều gì đó bứt phá và khác biệt, thông thường sẽ nhận được những ý kiến trái chiều, tuy nhiên hãy luôn nhìn thấy cơ hội trong những thách thức, và đừng dễ dàng từ bỏ điều gì đó chỉ vì mọi người không tin tưởng vào sự lựa chọn của bạn.

Tập trung, toàn tâm toàn ý

Hầu hết chúng ta thường rất dễ bị xao nhãng. Thấy người khác làm điều gì đó hay hay, mình cũng thích làm theo, dù công việc của mình thì chưa làm xong trọn vẹn. Tôi cũng đã từng như thế, rất hay xao nhãng, luôn có những ý tưởng nảy lên trong đầu, nhiều thứ tôi muốn làm nhưng rồi không thể làm tất cả mọi thứ cùng một lúc.

Sự tập trung là triết lý mà tôi luôn tự nhắn nhủ với bản thân trong công việc, trong cuộc sống, trong mối quan hệ. Mỗi người sẽ có một triết lý riêng cho mình, có người thích sự đa dạng và liên tục tìm kiếm sự mới lạ, có người thì chỉ thích làm một việc và tập trung vào việc đó cho tốt nhất.

Với tính cách hay xao nhãng của mình, tôi chọn sự tập trung làm phương châm sống. Khi có rất nhiều mối quan hệ, tôi chỉ chọn số ít những mối quan hệ mà mình tập trung. Khi có rất nhiều ý tưởng, tôi sẽ chọn 1 - 3 ý tưởng để mình tập trung. Khi có rất nhiều việc để làm, tôi sẽ chọn 1 - 3 điều quan trọng nhất. Bạn cũng có thể tìm hiểu về nguyên tắc Pareto 80/20[1] trong cuộc sống của mình. Chỉ số ít những việc mình làm, những điều mình quyết định mang tới kết quả cao nhất và sự hài lòng nhất. Tập trung vào điều quan trọng, đó chính là cách giúp bạn không phải lãng phí quá nhiều năng lượng và thời gian vào những điều không mang lại nhiều kết quả.

~~Tôi tin rằng~~ khi bạn làm bất cứ điều gì bằng tất cả sự tập trung và toàn tâm toàn ý của mình thì mọi điều sẽ trở nên tốt đẹp. Khi làm bất cứ điều gì, bạn hãy cố gắng hoàn thiện nhất có thể, cho dù không đạt tới sự hoàn hảo thì ít nhất cũng cảm thấy hài lòng vì mình đã hết sức nỗ lực. Tôi không[1] sống theo chủ nghĩa hoàn hảo, nhưng trong những việc mà tôi cho là quan trọng, tôi sẽ cố gắng hết sức có thể, để không phải hối tiếc về thời gian và công sức mà mình đã bỏ ra.

---

[1] Nguyên lý Pareto, quy luật Pareto hay quy luật 80/20 (quy luật thiểu số quan trọng và phân bố nhân tố) nói rằng trong nhiều sự kiện, khoảng 80% kết quả là do 20% nguyên nhân gây ra.

Tôi nhận ra rằng, khi bạn dành tâm huyết cho bất cứ điều gì, mọi người sẽ cảm nhận được nguồn năng lượng ấy từ bạn, cho dù việc bạn làm không hoàn hảo, thì những nỗ lực của bản thân vẫn luôn được ghi nhận. Bạn có thể từ chối không làm những điều mà bản thân cảm thấy bị miễn cưỡng, còn nếu đã đồng ý làm điều gì thì hãy chọn làm hết mình để không phải phí hoài thời gian và năng lượng mà mình đã bỏ ra. Tôi hay nghĩ tới việc nếu cái chết xảy đến đến lúc nào không hay, thì có việc gì còn dang dở mà mình phải hoàn thành hay không, từ đó tôi cố gắng hoàn thành để nếu có chết, sẽ không hối tiếc về những điều ấy. Khi sống và làm việc với tâm thế rằng ta không còn nhiều thời gian, ta có thể ra đi bất cứ lúc nào, thì bạn sẽ không thể để mọi thứ mình làm trở nên vô nghĩa được.

Dám buông bỏ

Khi thu nhập của tôi đang rất ổn định và thành công từ việc dạy đàn piano trực tiếp, một tháng tôi có thể kiếm trên 30 triệu chỉ từ việc dạy đàn trực tiếp vì học viên đến với tôi rất thường xuyên, tôi đã đưa ra một quyết định buông bỏ - từ chối không còn nhận dạy học trực tiếp vì tôi đặt mục tiêu và tập trung vào xây dựng hệ thống học piano trực tuyến. Tôi chấp nhận buông bỏ thu nhập ổn định hiện tại của mình từ việc dạy đàn trực tiếp, vì ba lý do:

1. Tuy kiếm được một số tiền kha khá, nhưng tôi lại cảm thấy mệt mỏi vì không có nhiều thời gian cho bản thân.

Tôi cảm thấy nhàm chán và thiếu đi sức sáng tạo khi lặp lại cùng một kiến thức hướng dẫn cho các học viên khác nhau.

2. Tôi biết rằng những kiến thức, kĩ năng mà tôi truyền đạt vô cùng hiệu quả, nhưng tôi không thích bào mòn năng lượng và sức lao động, thời gian của mình cho những việc lặp đi lặp lại, mà tìm cách làm việc thông minh hơn, hiệu quả và năng suất hơn.

3. Tôi muốn tạo ra một quy trình, hệ thống giúp tôi làm việc ít đi, nhưng lại hiệu quả hơn mà vẫn vừa có thể kiếm tiền, vừa tự do thời gian, tự do địa điểm, sống và làm việc theo phong cách mà tôi mong muốn.

Quyết định buông bỏ ấy cũng khá mạo hiểm và thách thức, bởi dạy piano trực tuyến lúc bấy giờ chưa thông dụng, mọi người vẫn nghĩ rằng chỉ có học trực tiếp mới có kết quả, phải có thầy cô kế bên mới có thể học được. Nếu lúc ấy tôi chần chừ vì bị đe dọa bởi những thách thức ấy thì sẽ không có tôi của ngày hôm nay, tôi sẽ không thể giúp được nhiều người tiếp cận và học piano thành công, cũng không có được phong cách sống tự do thời gian, tự do địa điểm mà tôi có như ngày hôm nay.

Trước mỗi quyết định buông bỏ luôn là thách thức và rất nhiều thứ không chắc chắn có thể xảy ra, thế nhưng có một điều tôi luôn tin tưởng đó là: dù bất cứ điều gì xảy ra, tôi sẽ luôn có khả năng làm lại từ đầu bằng tất cả sự nỗ lực và quyết tâm của mình.

Ta thường muốn đạt rất nhiều thứ trong cuộc sống, nhưng có mấy ai dám buông bỏ những thứ mình từng có để có được những thứ tốt hơn? Nếu bạn muốn có một kết quả khác đi, thì không thể dùng những hành động, quy trình, suy nghĩ cũ với ước mong mọi thứ sẽ tốt hơn. Mọi thứ chỉ thay đổi khi ta thay đổi.

Bạn muốn khởi nghiệp nhưng lại sợ sự thay đổi, sợ những điều không chắc chắn của tương lai, sợ mất đi sự an toàn, ổn định mà mình đang có từ những đồng lương hằng tháng của mình. Ngại thay đổi, ngại những điều khó lường trước không có gì sai, bởi nhu cầu cơ bản thứ hai của mỗi người theo tháp nhu cầu Maslow là nhu cầu an toàn, ổn định. Cho dù ta cố gắng chống cự sự thay đổi, trì hoãn nó thì nó vẫn diễn ra. Bạn của ngày hôm nay khác so với bạn của 5 năm trước, và bạn của 5 năm sau cũng sẽ khác với bạn bây giờ. Nếu bạn muốn vươn tới một cuộc sống tốt đẹp hơn, trở thành phiên bản tốt hơn của mình trong tương lai, thì hãy nghĩ xem mình đang muốn thay đổi, buông bỏ những gì trong hiện tại, trong quá khứ đang cản trở bước chân của bạn tiến về phía trước.

Bạn có dám buông bỏ tất cả những điều đang giới hạn sự phát triển của bản thân bạn không?

Bạn có dám buông bỏ những điều không tốt lắm mà bạn đang bấu víu để bắt đầu lại từ đầu không?

Bạn có dám buông bỏ cái tôi của mình, cách mà bạn nhìn nhận bản thân của ngày hôm qua để trở nên bạn tốt hơn của ngày mai không?

Bạn có dám buông bỏ những thói quen xấu, suy nghĩ tiêu cực, tự giới hạn bản thân đang đẩy bạn ra xa khỏi con người mà bạn muốn trở thành và cuộc đời mà bạn muốn sống không?

Sự thay đổi chắc chắn có nỗi đau của riêng nó, nhưng không có vinh quang nào, chiến thắng nào mà không có thử thách. Nỗi đau của sự thay đổi giống như hành trình lột xác đau đớn của một con sâu xấu xí trước khi trở thành một chú bướm xinh đẹp có thể cất cánh bay cao. Và nếu như bạn đang trải qua những nỗi đau hay sự mất mát nào đó, chắc chắn đó cũng là dấu hiệu cho sự thay đổi, và chỉ khi nào học cách buông bỏ nhanh hơn, bạn mới có thể hoàn toàn cảm nhận được ý nghĩa tốt đẹp của những sự thay đổi đó.

Mọi điều diễn ra trong cuộc sống của bạn, dù vui hay buồn, dù tốt hay xấu, chúng đều diễn ra vì chính bạn chứ không thể đe dọa và làm bạn gục ngã. Hãy luôn tin tưởng vào bản thân, tin tưởng vào những điều tốt đẹp nhất luôn xứng đáng dành cho bạn.

Thách thức giới hạn của bản thân

Tôi vẫn có những suy nghĩ giới hạn về bản thân rằng mình chưa đủ tốt, chưa đủ tài giỏi, cũng có lúc tôi vẽ cho mình những lý do biện hộ cho việc không làm những điều mà mình nên làm. Tôi gọi đó là *những suy nghĩ tự giới hạn bản thân*.

Xuất thân, từ cách giáo dục trong gia đình, từ cộng đồng, xã hội mà ta lớn lên làm nảy sinh những định kiến hình thành bám rễ trong đầu chúng ta, và một cách vô thức khiến ta tự có những suy nghĩ giới hạn về bản thân.

Tôi đã từng có suy nghĩ giới hạn là mình không học piano qua trường lớp đào tạo bài bản, làm sao mình có thể dạy piano cho người khác được. Khi tôi đăng tải những video của mình trên Youtube, xây dựng cộng đồng Tín đồ piano, cũng không ít lần tôi gặp những lời bàn lùi kiểu như: bạn sẽ không thành công đâu. Khi tôi ra mắt những DVD hướng dẫn học piano thì người thân trong gia đình tôi cũng nói với tôi về những rủi ro sao chép, về những giới hạn mà mô hình này gặp phải.

Việc của tôi là kiên trì với những gì mình tin tưởng, với những việc mình đang làm. Ông bà ta nói: "Có công mài sắt, có ngày nên kim" là vậy. Có thể ngày hôm nay bạn chưa là gì, nhưng sự kiên trì và nhất quán với những gì mình tin tưởng, sẽ khiến bạn trở thành một ai đó.

Một số người tự giới hạn xuất thân, ngoại hình, giới tính của mình. Ví dụ như: "Tôi không đủ xinh đẹp để trở thành ca sĩ", "Tôi không được sinh ra trong gia đình giàu có nên không thể khởi nghiệp và làm những điều mình đam mê", "Tôi mắc một chứng bệnh khiến tôi cảm thấy mặc cảm và không thể thực hiện điều mà mình muốn" … Tất cả những suy nghĩ ấy đều chỉ là giới hạn mà bạn đặt ra cho bản thân mình. Không ai có thể ngăn cản bạn trở nên thành công, chỉ có chính bạn tự giới hạn bản thân về những gì bạn muốn có, hoặc không muốn có trong cuộc sống này.

Điều gì tồi tệ nhất sẽ xảy ra với bạn nếu bạn bắt đầu làm những điều mình mong muốn? Đối với tôi, những nỗi sợ hãi, những suy nghĩ giới hạn bản thân đều không thực sự tồn tại, nếu ta thực sự muốn làm điều gì đó, ta sẽ nghĩ cách chứ không viện cớ. Điều tồi tệ nhất trong cuộc sống này có lẽ là không còn được sống nữa, theo nghĩa đen lẫn nghĩa bóng.

Nếu bản thân có bất kì suy nghĩ giới hạn nào, bạn hãy thách thức chính những suy nghĩ đó, đặt ra những câu hỏi chất vấn cho những suy nghĩ hạn hẹp của chính mình, tìm ra những lý do chứng minh rằng giới hạn đó là không có thật và tìm cho mình thêm nhiều những tấm gương vượt qua hoàn cảnh, vượt lên số phận. Nếu người khác làm được thì bạn cũng làm được.

Chiến thắng những suy nghĩ giới hạn của bản thân, trước hết là một kì tích. Đừng vì bất cứ ai, hay bất cứ điều gì giới hạn bản thân bạn trong bất cứ khuôn khổ nào.

Tin tưởng vào bản thân

Sự tin tưởng vào bản thân là một trong những tài sản lớn nhất đã sẵn có trong mỗi chúng ta. Nếu có ai hỏi đến tài sản của tôi là gì? Tôi sẽ nói đó là: *trí tuệ, kĩ năng, niềm tin.* Khi được sinh ra, ta không có quyền chọn lựa nơi mình sinh ra là ở đâu, ba mẹ mình là ai, hoàn cảnh của mình như thế nào, nhưng với trí tuệ, kĩ năng, niềm tin, ta sẽ chọn lựa được mình là ai trong thế giới này. Trí tuệ là sự thông minh. Nếu như bạn chưa biết, thì có tới 8 loại hình thông minh [2], và mỗi người sinh ra đều sở hữu một số loại hình thông minh nổi trội. Kĩ năng

[2] Theo Tiến sĩ Howard Gardner - một nhà tâm lý học kiêm giáo sư khoa học thần kinh tại Đại học Harvard nghiên cứu và đưa ra lý thuyết về "Đa trí tuệ". 8 loại hình thông minh gồm: thông minh về không gian, thông minh về âm nhạc, thông minh về ngôn ngữ, thông minh về sự vận động, thông minh về giao tiếp, thông minh về toán học, thông minh về nội tâm, thông minh về khoa học tự nhiên.

lại là thứ mà ta có thể học tập và rèn luyện qua việc đọc sách, học hỏi, trải nghiệm, luyện tập, thực hành, đúc kết một cách liên tục. Và cuối cùng, niềm tin là điều có sẵn bên trong ta mà chỉ cần nhờ một chút xúc tác, có thể là từ lời động viên, khuyến khích, có thể từ nghịch cảnh, hay một lời nói ác ý của ai đó, niềm tin sẽ trỗi dậy mạnh mẽ.

Tôi nghĩ rằng có hai loại xúc tác tới *niềm tin* tương ứng với hai loại người khác nhau. Loại thứ nhất, bạn càng khuyến khích, động viên họ, họ càng có niềm tin vào bản thân. Loại thứ hai, bạn càng không tin họ, họ sẽ càng nỗ lực chứng minh cho bạn điều ngược lại để bạn tin vào điều mà họ tin tưởng.

Từ nhỏ tới lớn, tôi là người rất hay mơ ước và có nhiều ý tưởng về những gì mà mình muốn trở thành. Nhưng khi tôi nói cho mẹ tôi nghe những ước mơ đó, mẹ tôi lại thường bảo tôi rằng: "Đừng trèo cao rồi té đau!". Tôi không sợ té đau, nên câu nói đó của mẹ tôi không khiến tôi trở nên thành người yên phận.

Tôi tin rằng: dù ở xuất phát điểm nào, ta cũng có cơ hội để bắt đầu vươn lên trong cuộc sống và hướng tới điều mà mình mơ ước. Người càng biết mơ ước và chuẩn bị, lên kế hoạch, biết hành động kiên trì đều là người có thể biến ước mơ thành hiện thực. Tôi chính là minh chứng rõ ràng nhất cho triết lý đó của mình.

Khi tôi đăng ký nguyện vọng thi vào Đại học Ngoại thương TP. Hồ Chí Minh, tôi chỉ có mỗi một mục tiêu là phải đậu đại học mà không hề đăng ký nguyện vọng hai vào trường nào khác. Khi tôi có một mục tiêu nào đó, tôi thường tập trung vào việc phải đạt được nó và không cho mình có lựa chọn hay bước đường lùi nào khác. Vì thế mà ngày ấy, dù mẹ tôi, thầy cô tôi ái ngại vì sợ rằng tôi sẽ thi rớt, thì tôi dấn thân học hành và đậu đại học.

Khác với mọi người, tôi luôn tìm thấy động lực ghê gớm để làm điều gì đó mà những người khác đang còn ái ngại, e sợ. Tôi thích làm điều mà không ai dám làm, có lẽ vì thế mà tôi gây dựng được sự nghiệp của mình như ngày hôm nay.

Ngày ấy, khi tôi nói với gia đình rằng tôi sẽ bán DVD dạy học piano, thì ai cũng nói với tôi về rủi ro trong việc sao chép, phát tán DVD. Thế mà tôi vẫn làm và thành công với những DVD dạy đệm hát piano đầu tiên của mình. Trong vòng vài tháng, tôi đã bán DVD khóa học cho hàng trăm khách hàng trong và ngoài nước và nhận được những phản hồi email khen ngợi, cảm ơn từ học viên. Khi doanh số bán DVD khóa học ngang bằng việc tôi dạy piano trực tiếp, thì tôi bắt đầu ngưng nhận dạy piano trực tiếp để tập trung vào phát triển hệ thống học piano trực tuyến.

Nói đến học piano online lúc ấy, ai cũng nghi ngờ, học online thì làm sao mà giỏi được, nhưng rồi tới nay, tôi đã có hàng ngàn học viên trong và ngoài nước học online thành công và gửi video thực hành hoàn thành khóa học, gửi phản hồi và những lời cảm ơn đến tôi.

Như bạn thấy đó, khi ta muốn làm điều gì đó, người bình thường sẽ chỉ nhìn thấy rủi ro, những vấn đề, rắc rối sẽ gặp phải, chỉ có người dám mơ ước mới nhìn thấy cơ hội. Chỉ có người nào dám tin vào điều mình muốn thực hiện và thực hiện nó tới cùng, thì mới khiến cho ước mơ của mình trở thành hiện thực.

Có những ước mơ mà khi tôi nghĩ tới là lúc tôi vẫn chưa đủ sức, đủ tầm để thực hiện. Nhưng rồi, qua một thời gian, không hiểu bằng cách nào đó, tôi đều biến những ước mơ ấy thành sự thật. Khi tôi nhớ lại mình 5 năm trước từng mơ ước gì, thì thực ra trong hiện tại, tôi đang sống trong giấc mơ mà mình từng mơ từ 5 năm trước.

Đừng bao giờ từ bỏ ước mơ của mình. Đừng bao giờ ngừng mơ ước, phấn đấu và vươn lên, vì tất cả, sẽ trở thành hiện thực.

Tôi không có thói quen phán xét ước mơ của người khác, vì tôi biết rằng, mọi ước mơ, đều có thể trở thành hiện thực, nếu ta kiên trì theo đuổi đến cùng.

Tôi và bạn, chúng ta giống nhau ở chỗ: chúng ta đều có những ước mơ, chúng ta đều có sẵn, có thể xây dựng và cải thiện ba thứ tài sản: niềm tin, trí tuệ, kĩ năng để biến ước mơ của mình thành hiện thực. Tôi tin rằng bạn sẽ làm nên những điều kì diệu cho cuộc sống của mình. Hãy tin tưởng vào bản thân, bằng bất cứ giá nào.

Chịu trách nhiệm

Sau tất cả thì chỉ có ta chịu trách nhiệm cho cuộc sống của mình, mọi người có thể nghĩ thay ta, làm thay ta nhưng hiếm có ai sẽ chịu trách nhiệm thay cho cuộc sống, sự thành công hay thất bại của ta. Ta mới chính là người có trách nhiệm cao nhất với chính mình và với những gì mình làm.

Khi bạn đặt trách nhiệm của mình vào công việc thì bạn mới có thể làm nó theo cách tốt nhất, vì trách nhiệm có liên quan tới uy tín của bản thân mình. Tôi thường không ỷ lại và chờ đợi vào những sự hậu thuẫn xung quanh mình, mà bản thân tôi khi muốn làm điều gì, sẽ tự tìm hiểu và hành động, tự chịu trách nhiệm nếu như có tổn thất hay rủi ro gì xảy ra. Việc chịu trách nhiệm giúp ta biết thừa nhận sai sót, học hỏi và cải thiện tốt hơn. Khi có sai sót nào xảy ra, ta hãy mạnh dạn nhận trách nhiệm để sửa sai, tìm cách giải quyết vấn đề một cách ổn thỏa thay vì phàn nàn và viện lý do để không làm gì cả.

Theo tôi, chịu trách nhiệm không chỉ được biểu hiện trong hành động mà còn trong cả lời nói của mình, chỉ có điều ấy mới khiến bạn xây dựng được lòng tin từ người khác. Chịu trách nhiệm không hề dễ dàng, nhưng điều gì đó càng không dễ dàng, ta mới càng học tập và cố gắng để hoàn thiện.

Chương 4

ĐỂ CUỘC SỐNG TRỞ NÊN DỄ DÀNG VÀ NHẸ NHÀNG HƠN

Vượt qua mặc cảm, tự ti

Tôi cũng đã từng là một cô gái trẻ có nhiều nỗi sợ hãi, mặc cảm, tự ti và đầy những suy nghĩ giới hạn về bản thân. Ở tuổi 19, tôi luôn tự hỏi về giá trị và điểm mạnh của bản thân mình trong môi trường Đại học Ngoại thương với quá nhiều người tài năng, thông minh và giỏi giang. Tôi luôn so sánh xuất phát của mình với những anh chị có những thành tích nổi bật trong trường, tôi ước mong được thành công như họ. Đôi khi càng so sánh xuất phát điểm của mình với đích đến của người khác, càng khiến tôi trở nên tự ti hơn về bản thân.

Năm 21 tuổi, tôi so sánh khả năng chơi đàn của mình với những người chơi piano khác trên Youtube, càng so sánh, tôi càng nhìn thấy nhiều điểm mạnh, điểm nổi bật người khác mà quên đi điểm mạnh và sự đặc biệt của chính mình.

Năm 24 tuổi, tôi lại so sánh mình với những cô gái có được hạnh phúc viên mãn trong tình yêu, có một người đàn ông yêu thương che chở, chăm sóc trong khi tôi vẫn còn cô đơn lẻ bóng và phải tự lực cánh sinh trong tất cả những việc mình làm.

Năm 25 tuổi, khi đã bước đầu thành công với sự nghiệp của mình, tôi lại so sánh thành công của mình với thành công của người khác.

Tôi nhận ra: *tất cả so sánh đều khập khiễng.*

Tôi không thể so sánh xuất phát điểm của mình với đích đến của người khác, việc của tôi là xuất phát và vẽ nên hành trình của mình để tới một đích đến đúng và phù hợp với chính mình.

Tôi không thể so sánh điểm yếu của mình với điểm mạnh của người khác, mà cần nhận ra đâu là điểm mạnh của mình và điểm yếu của người khác.

Điều mà ta cần so sánh đó là mình của ngày hôm qua và mình của ngày hôm nay, mình của 5 năm trước và mình của 5 năm sau. Đối thủ duy nhất của ta chính là bản thân ta.

Tôi tin rằng mỗi cá thể sinh ra đều được trao tặng những giá trị, phẩm chất và tài năng riêng biệt, mỗi người trong chúng ta đều có sẵn những công thức riêng để thành công theo cách riêng của mình, nhưng vì mải miết so sánh với người khác, nên ta tự làm lu mờ giá trị của bản thân.

Chúng ta sinh ra đều có những giá trị như nhau, không phải ở địa vị ta có, số tiền ta kiếm được, sự nổi tiếng, tình yêu... Ta giá trị vì ta được sinh ra và có mặt trên cõi đời này. Từ lúc chưa sinh ra, ta đã là người chiến thắng trong cuộc đua giữa vô số cá thể tinh trùng của người cha. Chính sự xuất hiện của ta trong cuộc sống này đã là một phép màu.

Tôi thích đối đầu với nỗi sợ hãi của mình. Càng sợ hãi điều gì, tôi càng muốn làm điều đó để có thể chiến thắng bản thân mình.

Tôi cũng có nỗi sợ thất bại khi làm điều gì đó mà mình chưa bao giờ làm. Tôi cũng có những ngờ vực về khả năng của bản thân như bao người khác, nhưng cuối cùng, tôi chọn cách đi xuyên qua những ngờ vực, nỗi sợ hãi và sự do dự đó với lòng quyết tâm và tin tưởng tuyệt đối vào bản thân.

Tôi tin rằng, nếu thực sự muốn điều gì đó, bạn sẽ luôn tìm ra cách. Chính lúc ta không còn sự lựa chọn nào, là lúc ta buộc phải thành công với lựa chọn duy nhất của mình. Đây cũng chính là lúc ta chấp nhận dấn thân và tập trung vào con đường mình đã chọn, không còn có trở ngại và khó khăn nào mà ta không thể vượt qua.

Tôi vẫn như bao người, có những nỗi mặc cảm, sợ hãi, tự ti, lo lắng, bất an, nhưng tôi nhận thức nó và biến nó thành sức mạnh. Chính vì tôi sợ hãi, nên tôi càng phải hành động. Chính vì tôi mặc cảm và tự ti, nên tôi càng phải thành công. Nhược điểm ở góc độ nào đó cũng chính là ưu điểm, trong cái rủi luôn có cái may, chỉ là ta có thể nhìn vào nó bằng một góc nhìn khác hay không mà thôi.

Thay đổi góc nhìn

Khi điều gì đó xảy đến không như ý muốn hay khi nhìn vào rủi ro, thay vì nhìn vào mặt có hại của nó, thì tôi còn học được cách tìm mặt có lợi của nó là gì. Khi tôi mới bắt đầu có ý tưởng làm DVD cho các khóa học piano, tôi đã viết một tin nhắn chia sẻ và hẹn gặp được chị Nguyễn Thùy Liên - một cựu học sinh Đại học Ngoại thương lúc bấy giờ đã khởi nghiệp với công ty Proself khi chị mới ra trường.

Tôi vốn không thường hay chủ động tìm đến ai mà luôn cố gắng tự làm mọi việc, nhưng lúc bế tắc đó, tôi đã tìm tới chị. Sự năng động, vui vẻ, thông minh và khôn ngoan của chị đã truyền cảm hứng cho tôi. Chị là người giúp tôi nhìn ra mặt tích cực khi tôi nghĩ về rủi ro và thách thức. Và sau cuộc nói chuyện ấy, tôi đã bắt tay vào thực hiện ý tưởng của mình, phát hành DVD hướng dẫn đệm hát piano.

Sẽ có những lúc ta cần một người kinh nghiệm và khôn ngoan chia sẻ về góc nhìn của họ cho cùng một vấn đề, hay sự việc. Khi chính ta nằm trong tình huống đó, thì ta thấy nó nan giải, nhưng người ngoài cuộc, với góc nhìn khác lại không cho là như thế. Vì thế, mà việc học cách thay đổi góc nhìn là một kĩ năng giúp ta có thể đương đầu với thử thách. Tôi gọi những người cho ta thấy một góc nhìn khác là cố vấn. Người cố vấn không nhất thiết phải là người giỏi hơn, thành công hơn hay có nhiều kinh nghiệm hơn ta, mà là một người đáng tin cậy và có những triết lý sống mà ta tôn trọng. Xung quanh ta, ai cũng có thể là người mà ta học hỏi được, nếu như ta thực sự quan sát và lắng nghe.

Yêu quý bản thân

Hãy tưởng tượng nếu như bạn là người duy nhất còn sống sót trên thế giới này, thì bạn sẽ đối xử với bản thân mình như thế nào?

Yêu quý bản thân là tin tưởng vào bản thân khi gặp những phút yếu lòng; là khích lệ bản thân, tạo động lực, thúc đẩy bản thân khi nản chí; là khoan dung, tha thứ, cảm thông với chính bản thân khi mắc sai lầm.

Yêu quý bản thân là chăm sóc cho cả thân xác, nội tâm và tinh thần của chính mình, là trở thành người bạn, người ân nhân tốt nhất của chính mình.

Cũng như bao người, có những lúc tôi cảm thấy bản thân chưa đủ tốt, sao còn nhiều khuyết điểm, nhưng rồi tôi nhận ra rằng những suy nghĩ chán ghét bản thân như thế thật không phải với chính mình chút nào. Nếu như người bạn yêu quý nhất đang buồn phiền, đang gặp khó khăn, đang nản lòng, thì bạn sẽ làm gì cho người ấy? Bạn sẽ an ủi, động viên, giúp đỡ, khuyến khích, dành những từ ngữ tích cực, khen ngợi đối với người ấy đúng không? Nếu vậy thì bạn cũng hãy làm như thế với chính mình khi buồn phiền, khi gặp khó khăn, khi nản lòng. Vì cuối cùng thì, người bạn đời duy nhất có thể đi theo bạn suốt đời đó chính là bản thân bạn.

Lòng biết ơn

Những lúc tôi cảm thấy ghen tị, so sánh bản thân mình với người khác, những lúc tôi cảm thấy không hài lòng, than vãn về cuộc sống của chính mình, tôi học cách chuyển hóa những cảm xúc ấy thành lòng biết ơn.

Tôi đã học cách biết ơn từ những điều nhỏ nhặt nhất mà mình đang có, những người bên cạnh mà mình cho là hiển nhiên. Lòng biết ơn là công cụ không thể thiếu cho ta đương đầu với những ngày tháng đen tối nhất của chính mình. Thay vì buồn phiền, trách móc về những gì mình không có, thì ta hãy cảm ơn và trân trọng những gì mà mình đang có.

Đây là một kĩ năng mà tôi luôn vận dụng cho những ngày có những cảm xúc tồi tệ, những lúc khi nhìn xung quanh mình, tôi chỉ thấy những gì u ám. Lòng biết ơn như là một cánh cửa mở ra cho ta một thế giới màu hồng mà ta đang được sống.

Lòng biết ơn theo tôi là chiếc chìa khóa không thể thiếu để tìm thấy bình an và hạnh phúc trong tâm trí. Tôi được dạy cầu nguyện và cảm ơn Chúa vào mỗi buổi sáng khi thức dậy và mỗi buổi tối trước khi đi ngủ. Sau này khi tôi đi học từ những diễn giả quốc tế, triết lý về lòng biết ơn và thói quen biết ơn này, cũng được họ nhắc tới.

Giờ đây tôi nhận ra mình đang mải mê tìm kiếm chân lý và bài học, nhưng tôi biết tất cả không ở đâu xa, mà chúng nằm ở trong những điều rất nhỏ nhặt xung quanh mình.

Biết cho, biết nhận

Khi cho đi ta sẽ chỉ nghĩ đơn giản là cho đi và không mưu cầu nhận lại, nhưng nếu ta chưa cho bản thân đủ, thì trong sâu thẳm ta sẽ có mưu cầu nhận lại. Đối với tôi, người biết cho đi nhiều thật là đáng quý, nhưng cho đi nhiều quá mà khiến bản thân mệt mỏi thì cũng không phải là cách hay. Lúc còn nhỏ, tôi thường được dạy rằng phải biết cho đi và quên bản thân mình mà cho đi, thế nhưng khi lớn lên tôi nhận ra chính sự cho đi quá nhiều khiến cho tôi mệt mỏi, mà đáng lẽ cho đi nên là việc vui sướng và hạnh phúc mà bản thân không mong nhận lại.

Sau này, tôi mới học cả cách nhận và yêu cầu nhận những gì mình cảm thấy xứng đáng. Tôi bắt đầu học cách cân bằng giữa cho và nhận. Trước khi cho đi điều gì, tôi sẽ tự hỏi bản thân: liệu tôi có thể cho điều này vô tư mà không mảy may suy nghĩ thiệt hơn không, nếu tôi nghĩ được như thế thì tôi sẽ cho đi mà không suy nghĩ. Nếu trong thâm tâm tôi khi làm điều gì đó mà mình không sẵn sàng cho đi, thì tôi sẽ không ngần ngại yêu cầu điều mình muốn nhận là gì.

Không phải bất kì ai cần sự giúp đỡ tôi cũng sẽ sẵn sàng giúp nếu như việc giúp họ không khiến tôi cảm thấy hạnh phúc và vui vẻ vì cho đi. Ngoài việc luôn luôn nói đồng ý, tôi còn học cả cách biết từ chối. Từ chối giúp đỡ hay làm những việc mà mình không cảm thấy xuất phát thực tâm từ tấm lòng cho đi, vì khi cho đi không xuất phát từ chính sự vô tư, ta sẽ mang thêm gánh nặng và uẩn ức trong lòng, đó là cảm xúc mà tôi không muốn nhận. Do đó, ngoài học cách cho đi thì học cách từ chối, học cách yêu cầu được nhận sẽ giúp cuộc sống chúng ta nhẹ nhàng hơn.

Đối với tôi, chỉ khi nào tâm thế nhẹ nhàng, trong lòng đã sẵn đủ đầy thì tôi mới có khả năng cho đi nhiều nhất.

Sau một thời gian tôi nhận ra rằng, đa số những gì ta cho đi ngày hôm nay, cũng đều sẽ trở lại với ta sau này. Do đó dù người ta nói cho đi không mưu cầu nhận lại, nhưng chắc chắn rằng ta vẫn sẽ nhận trong tương lai. Tôi nghĩ thế giới này rất công bằng, không có gì cho mà mất đi cả, tất cả rồi cũng sẽ trở về với ta.

Càng lớn, tôi càng thích sự sòng phẳng, nếu ai đó giúp tôi điều gì, tôi sẽ giúp lại họ điều khác. Nếu ai đó đã từng làm ơn cho tôi trong quá khứ mà tôi chưa kịp báo đáp, thì tôi nhất định phải trả ơn và báo đáp họ sau này.

Dám mơ ước

Mỗi chúng ta đều có những mơ ước khát khao khác nhau, có khi ta đang sống cuộc sống mà nhiều người đang mơ ước, do đó dám ước mơ để tiến về phía trước, nhưng không chỉ vì thế mà quên đi lòng trân trọng và biết ơn về những gì mà mình đang có.

Thời đi học, tôi đã chưa từng dám ước rằng một ngày nào đó mình sẽ sở hữu một cây đàn đại dương cầm, nhưng rồi ước mơ mà tôi nghĩ rằng mình không thực hiện được cũng trở thành hiện thực.

Mẹ tôi hay bảo rằng: "Mơ cao té đau", nhưng sau này nếu có con, tôi sẽ khuyến khích con của mình mơ ước, và biến những ước mơ của mình thành hiện thực. Khi bạn hiểu giá trị bản thân, bạn mới biết rằng mình xứng đáng có được những điều mà mình mơ ước. Và bạn hỡi, tôi tin rằng bạn xứng đáng nhận được những gì tốt đẹp nhất trong cuộc sống của mình, cho dù xuất thân và xuất phát điểm của bạn như thế nào đi nữa.

Có thể ước mơ bạn ước hôm nay là điều gì đó xa vời lắm, nhưng có khi 5 - 10 năm sau khi nhìn lại, bạn nhận ra mình đang sống trong ước mơ đó rồi. Ước mơ theo tôi vừa là một giải thưởng khích lệ tinh thần để ta tiến bước, vừa là khoảng trời mà khi nghĩ đến có thể xoa dịu cho những cơ cực, khó khăn, những phút nản lòng mà ta gặp phải.

Tôi có thiết kế cho bản thân một bảng tầm nhìn, nơi mà tôi in và dán những bức tra-nh nói về cuộc sống mà tôi mơ ước về mọi mặt. Mỗi lần nhìn vào đó, tôi cảm thấy được truyền động lực về những gì mình cần tiếp tục thực hiện. Cho dù những ước mơ ấy có thực hiện được hay không, thì tôi tin rằng ước mơ sẽ đưa ta làm những việc lớn lao hơn chính mình, phát triển chính ta và mở ra cho ta những chân trời mới cùng những cơ hội tốt đẹp.

Có một công cụ giúp tôi vừa thỏa thú vui ghi chép và thiết kế cuộc sống của mình, vừa giúp tôi định hướng và tập trung vào những gì mình cần thực hiện, đó là quyển sổ Goal Planner. Đây cũng chính là quyển sổ mà tôi tự thiết kế cho chính mình, cũng như in thêm một số quyển dành cho những bạn trẻ có nhu cầu thiết kế mọi mặt của cuộc sống. Nếu bạn quan tâm về quyển sổ Goal Planner này, hãy đi tới trang:

www.goalplannertools.com.

LỜI CẢM ƠN

Những gì tôi có được ngày hôm nay trong sự nghiệp của mình, là một hành trình mà ở đó mỗi người tôi gặp, mỗi tác giả của những cuốn sách tôi đọc đều là những người thầy, người bạn đã đồng hành nâng đỡ tinh thần, giúp tôi khai sáng tư duy và tầm nhìn của mình.

Trong hành trình xây dựng sự nghiệp, tôi biết ơn gia đình, ba mẹ, cô Duy Tuyết, John Porter đã ủng hộ, tạo điều kiện và là hậu phương vững chắc của tôi trong những quyết định của mình.

Tôi biết ơn những người bạn đồng hành đã gắn bó với tôi trong hành trình khởi nghiệp, cho tôi những ý tưởng, lời khuyên quý báu và niềm tin vào bản thân để thực hiện những hoài bão của mình.

Cảm ơn chị Thuỳ Liên, Jeffrey Itell, Thái Vũ, Nga Cao, Khoa Huỳnh là những người đã cố vấn cho tôi trong việc thực hiện những ý tưởng trong công việc của mình. Cảm ơn thầy Kane Minkus đã khai sáng cho tôi những tư duy mới trong kinh doanh. Cảm ơn anh Trọng Gia, Thanh Hảo, chị Bảo Quyên, Thuỳ Linh, Quỳnh Y, Ngân Hạnh, Ngọc Quỳnh… những người bạn cộng sự đã làm việc cùng tôi để tổ chức những sự kiện Offline Piano và xây dựng nên hệ thống học piano trực tuyến của mình.

Tôi cảm ơn những khán giả Youtube đã luôn theo dõi, ủng hộ và khuyến khích tôi trong những video của mình. Tôi cảm ơn những học viên đã tin tưởng và chọn tôi làm người chỉ dẫn và truyền động lực để họ có thể thực hiện được mong ước chơi đàn piano.

Tôi cảm ơn Matthew Partington, chị Thoa Wellendorf đã truyền động lực và là chỗ dựa tinh thần để tôi hoàn thành quyển sách này. Cảm ơn chị Sao Bùi đã giúp tôi trong khâu biên tập để xuất bản và phát hành quyển sách này.

Cảm ơn bạn đã chọn đọc quyển sách này. Tôi chúc bạn bắt đầu hành trình khởi nghiệp của mình với đầy nhiệt huyết, đam mê. Tôi chúc bạn can đảm với những quyết định, sự lựa chọn của mình, tìm thấy hạnh phúc và gặt hái thành công trong công việc và cuộc sống.

Bội Ngọc

LIÊN HỆ VỚI TÁC GIẢ

Website:
BoiNgocPiano.com
BoiNgocMentor.com
KhoiNghiepTuDamMe.com

Email: boingocmentor@gmail.com

Facebook: https://www.facebook.com/boingoc.pianocover

Kênh Youtube:
Boi Ngoc Mentor:
https://www.youtube.com/user/boingocvblog

Boi Ngoc Piano:
https://www.youtube.com/user/truongdoanboingoc

- Sổ Goal Planner đặt mục tiêu & thiết kế cuộc sống: www.GoalPlannerTools.com
- Sách Piano Solo Method định hướng phương pháp và lộ trình học piano thành công cho người mới bắt đầu: www.Piano-SoloMethod.vn
- Group Facebook Khởi Nghiệp Từ Đam Mê: https://www.facebook.com/groups/khoinghieptudamme/

MỤC LỤC

LỜI GIỚI THIỆU 1

Bội Ngọc là ai? 9

Chương 1: CÂU CHUYỆN VỀ HÀNH TRÌNH THÀNH CÔNG CỦA BỘI NGỌC

Bội Ngọc qua lời kể của mẹ 15

Ước mơ của mẹ 17

Cây đàn đồ chơi của anh trai 19

Cây đàn organ đầu tiên 20

Quý nhân trong đời tôi 23

Cô Tám và ông John 25

Chú Hùng 28

Cha Sỹ 31

Thần tượng của tôi 34

Chị Trúc Linh 36

Nghệ sỹ Yanni 42

Chuyện đệm đàn nhà thờ và tự học piano 46

Tự học piano dựa vào việc quan sát người khác chơi gì 49

Tự học piano từ những bản nhạc mình từng chơi 51

Tự học piano từ việc lắng nghe và bắt chước lại 53

Tự học piano từ những điệu nhạc trên đàn organ 57

Tự học piano từ việc gợi nhớ lại những cách đi nốt dành cho tay phải mà mình từng được học trước kia 59

Tự học piano từ những lời nhận xét của mẹ 62

Xây dựng kênh Youtube 64

Động lực để đến với Youtube 65
Được biết đến thông qua mạng xã hội 71
Bí quyết để xây dựng kênh Youtube mang dấu ấn cá nhân 75
Chuyện dạy đàn 82
Phụ thầy dạy đàn organ cho trẻ em 85
Tiếp nối lớp học đàn của thầy 87
Dạy đệm đàn nhà thờ cho trẻ em trong giáo xứ 92
Hướng dẫn piano trên Youtube 94
Dạy đàn piano cho người lớn 97
Sáng tạo ra phương pháp hướng dẫn piano của riêng mình 101
Bắt tay vào sự nghiệp hướng dẫn piano cho người trưởng thành 104
Đi tìm bản sắc 107
Xây dựng thương hiệu cá nhân 112
Tạo cộng đồng 115
Sáng tạo ra phương pháp của riêng mình 119
Biến đam mê thành sự nghiệp 125
Những điều chuẩn bị khi bắt đầu khởi nghiệp 129
Năm giai đoạn xây dựng sự nghiệp 143

CHƯƠNG 2: TRIẾT LÝ THEO ĐUỔI ĐAM MÊ

Tố chất cần có để thành công là gì? 148
Bạn thành công theo cách của mình 154
Làm điều khiến bạn hạnh phúc và mãn nguyện 161
Những điều tôi đã chiến đấu và vượt qua 167
Mạng xã hội 168
Khó khăn khi xây dựng cộng đồng piano của mình 172

Sự khác biệt quan điểm 177
Lắng nghe bản thân 181
Vượt qua khủng hoảng 189
Không bỏ cuộc 197
Tự quyết định và chịu trách nhiệm 203
Quyết định thay đổi bản thân 204
Quyết định chịu rủi ro 207
Quyết định chịu trách nhiệm 210
Những cảm xúc tiêu cực hoàn toàn tự nhiên 213
đầu lại từ đầu 217
Thay đổi suy nghĩ về tiền và nhận thức giá trị của bản than 220
Làm gì để nâng giá trị của bản thân mình? 227

CHƯƠNG 3: TỐ CHẤT GIÚP BẠN VỮNG VÀNG XÂY DỰNG SỰ NGHIỆP TỪ ĐAM MÊ CỦA MÌNH

Đối mặt với nỗi sợ hãi 230
Dám nghĩ dám làm 234
Tập trung, toàn tâm toàn ý 236
Dám buông bỏ 239
Thách thức giới hạn của bản thân 244
Tin tưởng vào bản thân 247
Chịu trách nhiệm 252

Chương 4: ĐỂ CUỘC SỐNG TRỞ NÊN DỄ DÀNG VÀ NHẸ NHÀNG HƠN

Vượt qua mặc cảm, tự ti 255
Thay đổi góc nhìn 259

Yêu quý bản thân 261
Lòng biết ơn 263
Biết cho, biết nhận 265
Dám mơ ước 268

LỜI CẢM ƠN 271

BỘI NGỌC

KHỞI NGHIỆP TỪ ĐAM MÊ

Theo đuổi đam mê, thành công sẽ theo đuổi bạn

Bội Ngọc

NHÀ XUẤT BẢN THANH NIÊN

64 Bà Triệu - Hà Nội - ĐT: (84.024). 62631716
Fax: 024.39436024; Website: nxbthanhnien.vn; Email: info@nxbthanhnien.vn
Chi nhánh: 145 Pasteur, phường 6, quận 3, TP. Hồ Chí Minh.
ĐT: 028 39106962 - 028 39106963

Chịu trách nhiệm xuất bản:
Giám đốc - Tổng Biên tập
LÊ THANH HÀ

Biên tập :NGỤY NGUYÊN HÀ
Vẽ bìa :THÚY NGA
Trình bày :MAI ANH
Sửa bản in :SAO BÙI

Đơn vị liên kết xuất bản:

CÔNG TY TNHH BỘI NGỌC PIANO

Trụ sở: L18-11-13, Tầng 18, Toà nhà Vincom Center Đồng Khởi
72 Lê Thánh Tôn, Phường Bến Nghé, Quận 1, TP.Hồ Chí Minh.

In 5.000 cuốn, khổ 13x20.5cm tại Công ty cổ phần in tổng hợp Cầu Giấy Lô A2 CN1 Cụm công nghiệp tập trung vừa và nhỏ Từ Liêm, phường Minh Khai, quận Bắc Từ Liêm, Hà Nội
Số xác nhận xuất bản: 3103-2020/CXBIPH/14-78/TN.
QĐXB số: 1348/QĐ-NXBTN cấp ngày 18/8/2020.
Mã số ISBN: 978-604-303-505-6.
In xong và nộp lưu chiểu năm 2020.

www.ingramcontent.com/pod-product-compliance
Ingram Content Group UK Ltd.
Pitfield, Milton Keynes, MK11 3LW, UK
UKHW040005200726
13854UKWH00001B/43

9 786043 035056